ANG SINING NG OMELETS! ISANG MASARAP NA PAGLALAKBAY NG EGGCELLENCE

Kabisaduhin ang Sining ng Paggawa ng Mga Perpektong Omelet na may Mga Malikhaing Recipe para sa Bawat Palate

Alejandro Lozano

Copyright Material ©2023

Lahat ng Karapatan ay Nakalaan

Walang bahagi ng aklat na ito ang maaaring gamitin o ipadala sa anumang anyo o sa anumang paraan nang walang wastong nakasulat na pahintulot ng publisher at may-ari ng copyright, maliban sa mga maikling sipi na ginamit sa isang pagsusuri. Ang aklat na ito ay hindi dapat ituring na kapalit ng medikal, legal, o iba pang propesyonal na payo.

TALAAN NG MGA NILALAMAN

TALAAN NG MGA NILALAMAN 3
PANIMULA 6
MEATY OMELETTE 7
   1. Bacon at Pepper Omelet 8
   2. Farmhouse Omelet 10
   3. Ham at Keso Omelette 12
   4. Beef plantain omelet 14
   5. Sausage at Mushroom Omelette 17
   6. Bacon at Spinach Omelette 19
   7. Omelette ng Manok at Gulay 21
   8. Steak at Onion Omelette 23
   9. Sun-dried Tomato at Chorizo Omelette 25
   10. Sausage at Mushroom Omelet 27
   11. Bacon at Spinach Omelet 29
   12. Steak at Onion Omelet 31
   13. Turkey at Pepper Omelet 33
CHEESY OMELETTE 35
   14. Cheese Omelet sa microwave 36
   15. Cheesy Pesto Omelet 38
   16. Cream Cheese Asparagus Omelet 40
   17. Goat cheese, kamote at crouton omelet 42
   18. Lion's Mane Ham & Cheese Omelette 44
   19. Sun-dried Tomato at Mozzarella Omelette 46
   20. Sun-dried Tomato at Goat Cheese Omelette 48
   21. White Wine at Cheese Omelet 50
   22. Garlicky Mushroom and Cheese Omelet 52
   23. Feta at sundried tomato souffle omelet 54
   24. Avocado, Bacon, at Swiss Cheese Omelet 56
   25. Olive Cheese Omelet 58
   26. Cheddar Omelet Brunch 60
   27. Mint at Feta Omelette 62
VEGGIE OMELETTE 64
   28. Krauty Omelet 65
   29. Nakabubusog na Potato Omelet 67
   30. Thai Gulay Omelet 69
   31. Itlog Foo Yong 71
   32. Mustard Microgreen at Radish Omelette 73
   33. Pea, Basil, at Goat's Cheese Omelette 75
   34. Veggie at Ramen omelet 77
   35. Spinach at Salsa Omelet 79

36. Veggie Omelette na may Broccoli Microgreens 81
37. Baked blue flower chive omelet 83
38. Onion and Cheese Omelet 85
39. Puffed mushroom omelet 87
40. Sariwang Asparagus Omelet 89

ISDA AT SEAFOOD OMELETTE 91
41. Mga Omelette ng Hipon at Alimango 92
42. Fujianese Oyster Omelet 94
43. Pinausukang Salmon at Dill Omelette 96
44. Hipon at Spinach Omelette 98
45. Tuna at Tomato Omelette 100
46. Crab at Avocado Omelette 102
47. Scallop at Mushroom Omelette 104
48. Salmon at Spinach Omelette 106

FRUIT OMELETTE 108
49. Apple omelet 109
50. Saging at Nutella Omelet 111
51. Mixed Berry Omelet 113
52. Peach at Almond Omelet 115
53. Tropical Fruit Omelet 117
54. Saging at Walnut Omelet 119
55. Blueberry at Lemon Omelet 121
56. Raspberry at Chocolate Omelet 123
57. Pear at Ginger Omelet 125
58. Mangga at Coconut Omelet 127
59. Pineapple at Mint Omelet 129

OMELETTE SANDWICH AND ROLLS 131
60. Mabilis na Bagel Omelet Sandwich 132
61. Korean Omelet Roll na may Seaweed 134
62. Ham at Keso Omelet Sandwich 136
63. Veggie Omelet Wrap 138
64. Pinausukang Salmon Omelet Roll 140
65. Spicy Sausage Omelet Sandwich 142
66. Mediterranean Omelet Wrap 144

FRITTATA 146
67. Flaxseed Frittata 147
68. Zucchini blossom frittata 149
69. Asparagus at Bacon Frittata 151
70. Prosciutto at Tomato Frittata 153
71. Lobster at Spinach Frittata 155
72. Patatas at Sibuyas Frittata 157
73. Alimango, Mais at Paminta Frittata 159

- 74. Ravioli at Veggie Frittata 161
- 75. Sun-dried Tomato at Feta Cheese Frittata 163
- 76. Sun-dried Tomato at Ham Frittata 165
- 77. Sun-dried Tomato at Mushroom Frittata 167
- 78. Mac and Cheese Breakfast Frittata 169
- 79. Ricotta at Spinach Frittata 171
- 80. Chorizo, Meatball, at Moringa Frittata 173
- 81. Patatas Saffron Frittata 175
- 82. Bacon at Patatas Frittata 177
- 83. Kamatis at Basil Frittata 179
- 84. Ham at Keso Frittata 181

QUICHE 183
- 85. Sun-dried Tomato at Bacon Quiche 184
- 86. Asparagus at blue cheese quiche 186
- 87. Prosciutto at Mushroom Quiche 189
- 88. Bisquick Quiche 191
- 89. Farm-Fresh Spinach Quiche 193
- 90. Apple cinnamon quiche 195
- 91. Cornflake Crusted Breakfast Quiche 197
- 92. Ham Collards Quiche 199
- 93. Quiche Lorraine 201
- 94. Inihaw na gulay quiche 203
- 95. Tofu at Broccoli Quiche 205
- 96. Spinach at Mushroom Quiche 207
- 97. Bacon at Cheddar Quiche 209
- 98. Broccoli at Feta Quiche 211
- 99. Ham at Asparagus Quiche 213
- 100. Kamatis at Basil Quiche 215

KONGKLUSYON 217

PANIMULA

Maligayang pagdating sa "ANG SINING NG OMELETS!," isang culinary adventure na nakatuon sa maraming nalalaman at minamahal na ulam—ang omelet. Sa cookbook na ito, tutuklasin natin ang walang katapusang mga posibilidad ng paglikha ng mga katakam-takam na omelet na nagbibigay-kasiyahan sa lahat ng panlasa. Mahilig ka man sa almusal, mahilig sa brunch, o simpleng naghahanap ng mabilis at kasiya-siyang pagkain, ang mga omelet ay ang perpektong pagpipilian. Mula sa mga klasikong kumbinasyon hanggang sa natatangi at makabagong mga lasa, gagabayan ka ng cookbook na ito sa isang kasiya-siyang paglalakbay ng eggcellence, na magbibigay-kapangyarihan sa iyong maging isang master omelet chef sa sarili mong kusina.

Sa loob ng mga page na ito, makakahanap ka ng magkakaibang koleksyon ng mga recipe ng omelet, na maingat na ginawa upang ipakita ang malawak na hanay ng mga sangkap, lasa, at istilo ng pagluluto. Ang bawat recipe ay idinisenyo upang magbigay ng malinaw na mga tagubilin, kasama ang mga sukat ng sangkap, upang matiyak na ang iyong mga omelet ay magiging maganda sa bawat oras. Baguhan ka man o batikang chef, ang cookbook na ito ay magbibigay-inspirasyon sa iyo na ipamalas ang iyong pagkamalikhain at mag-eksperimento sa iba't ibang fillings, pampalasa, at diskarte sa paggawa ng mga omelet na kasing ganda ng mga ito na masarap.

Kaya, kunin ang iyong whisk, init ang iyong kawali, at sabay-sabay nating simulan ang kasiya-siyang paglalakbay na ito ng paggawa ng omelet. Maghanda upang mapabilib ang iyong pamilya at mga kaibigan sa mga almusal, brunches, o anumang pagkain sa araw na puno ng hindi kapani-paniwalang lasa, texture, at walang katapusang mga posibilidad.

MEATY OMELETTE

1. Bacon at Pepper Omelet

MGA INGREDIENTS:
- 1 at ½ tasa ng tubig
- 4 spring onions, tinadtad
- 6 ounces bacon, tinadtad
- ½ tasang pula, berde, at orange na bell pepper, tinadtad
- Isang kurot ng black pepper
- 6 na itlog
- ½ tasang gata ng niyog
- Pag-spray ng langis ng oliba

MGA TAGUBILIN:

a) Sa isang mangkok, paghaluin ang mga itlog na may isang kurot ng itim na paminta at gata ng niyog at haluin ng mabuti.

b) Magdagdag ng halo-halong bell peppers, bacon, at spring onions at ihalo muli.

c) Pagwilig ng isang bilog na ulam na may spray ng langis ng oliba, ibuhos ang halo ng mga itlog at ikalat.

d) Ilagay ang tubig sa iyong instant pot, idagdag ang steamer basket at ang baking dish sa loob, takpan, at lutuin sa High sa loob ng 30 minuto.

e) Hayaang lumamig ng kaunti ang iyong Omelet, hiwain, hatiin sa mga plato at ihain.

f) Enjoy!

2. Farmhouse Omelet

MGA INGREDIENTS:
- 4 bacon strips, diced
- 1/4 tasa tinadtad na sibuyas
- 6 malalaking itlog
- 1 kutsarang tubig
- 1/4 kutsarita ng asin, opsyonal
- 1/8 kutsarita ng paminta
- Dash hot pepper sauce
- 3 kutsarita ng mantikilya, hinati
- 1/2 cup cubed fully cooked ham, hinati
- 1/4 tasa ng manipis na hiniwang sariwang mushroom, hinati
- 1/4 tasa tinadtad na berdeng paminta, hinati
- 1 tasang ginutay-gutay na cheddar cheese, hinati

MGA TAGUBILIN:

a) Magluto ng bacon sa isang kawali sa katamtamang init hanggang sa malutong. Gumamit ng slotted na kutsara upang lumipat sa mga tuwalya ng papel. Salain, nagtitipid ng 2 kutsarita ng mga patak. Igisa ang sibuyas sa tumutulo hanggang lumambot, at itabi.

b) Pagsamahin ang sarsa ng paminta, paminta, asin kung gusto mo, tubig, at mga itlog sa isang mangkok. Sa isang 10-in. nonstick frying pan, init 1-1/2 kutsarita ng mantikilya sa katamtamang init, at idagdag ang kalahati ng pinaghalong itlog. Habang ang mga itlog ay nakatakda, itaas ang mga gilid upang ang hindi luto na bahagi ay tumatakbo sa ilalim.

c) Kapag naitakda na ang mga itlog, ibuhos ang isang bahagi ng kalahati ng keso, berdeng paminta, mushroom, ham, sibuyas, at bacon, at tiklupin.

d) Maglagay ng takip at hayaang matunaw ang keso, mga 1-2 minuto.

e) Gamitin ang natitirang mga sangkap upang gawin ang pangalawang Omelet sa parehong paraan.

3. <u>Ham at Keso Omelette</u>

MGA INGREDIENTS:
- 3 malalaking itlog
- 1/4 tasa diced ham
- 1/4 tasa ginutay-gutay na cheddar cheese
- Asin at paminta para lumasa
- 1 kutsarang mantikilya

MGA TAGUBILIN:

a) Hatiin ang mga itlog sa isang mangkok at haluin ang mga ito hanggang sa mahusay na pinalo. Timplahan ng asin at paminta.

b) Init ang mantikilya sa isang non-stick skillet sa katamtamang init hanggang matunaw.

c) Idagdag ang diced ham sa kawali at lutuin ng 1-2 minuto hanggang sa bahagyang magkulay kayumanggi.

d) Ibuhos ang pinalo na mga itlog sa kawali, ikiling ito upang matiyak ang pantay na saklaw.

e) Hayaang maluto ang mga itlog ng ilang segundo hanggang sa magsimula silang maglagay sa paligid ng mga gilid.

f) Budburan ang ginutay-gutay na cheddar cheese sa kalahati ng omelet.

g) Gamit ang isang spatula, maingat na tiklupin ang kalahati ng omelet sa gilid ng keso.

h) Magluto ng isa pang minuto o hanggang matunaw ang keso.

i) I-slide ang omelet sa isang plato at ihain nang mainit.

4. Beef plantain omelet

MGA INGREDIENTS:
- 3 Mga plantain na hinog na hinog
- Langis para sa pagprito
- 1 sibuyas; tinadtad
- ½ berdeng paminta; tinadtad
- 2 siwang bawang
- ½ libra ng Ground beef
- ¼ tasa ng tomato sauce
- 1 kutsarang Capers
- 1 kutsarang hiniwang berdeng olibo (opsyonal)
- Asin at paminta
- ½ libra Green beans; sariwa o nagyelo, gupitin sa 3-pulgada na piraso
- 6 Itlog
- ¼ tasa ng mantikilya

MGA TAGUBILIN:

a) Balatan ang mga plantain, gupitin sa 2-pulgada ang kapal na pahaba, at iprito sa mantika hanggang sa ginintuang kayumanggi. Alisin, alisan ng tubig, at panatilihing mainit-init. Sa isang kawali, igisa ang sibuyas, berdeng paminta, at bawang hanggang malambot ngunit hindi kayumanggi.

b) Idagdag ang giniling na baka at iprito sa mataas na init sa loob ng 3 minuto.

c) Ibuhos ang tomato sauce at idagdag ang capers at olives, kung ninanais.

d) Magluto ng 15 minuto sa katamtamang init, paminsan-minsang pagpapakilos. Timplahan ng asin at paminta ayon sa panlasa. Hugasan ang string beans at singaw hanggang malambot. Talunin ang mga itlog, magdagdag ng asin at paminta sa panlasa.

e) Mantikilya ang mga gilid at ibaba ng isang bilog na kaserol at tunawin ang natitirang mantikilya sa ibaba. Ibuhos ang kalahati ng pinalo na itlog at lutuin sa katamtamang init ng humigit-kumulang 1 minuto o hanggang sa bahagyang lumambot.

f) Takpan ang mga itlog ng isang-katlo ng mga hiwa ng plantain, na sinusundan ng mga layer ng kalahati ng giniling na karne at kalahati ng string beans. Magdagdag ng isa pang layer ng plantain, ang natitira sa ground beef, isa pang layer ng beans, at itaas ng plantain. Ibuhos ang natitirang mga pinalo na itlog sa ibabaw.

g) Magluto sa mahinang apoy sa loob ng 15 minuto, walang takip, mag-ingat na huwag hayaang masunog ang Omelet.

h) Pagkatapos ay ilagay sa isang preheated 350-degree oven para sa 10 hanggang 15 minuto upang kayumanggi ang tuktok.

i) Ihain kasama ng kanin at beans. Mahusay para sa tanghalian.

5. Sausage at Mushroom Omelette

MGA INGREDIENTS:
- 4 malalaking itlog
- 2 sausage, niluto at hiniwa
- 1/2 tasa ng hiniwang mushroom
- 1/4 tasa diced sibuyas
- Asin at paminta para lumasa
- 1 kutsarang langis ng oliba

MGA TAGUBILIN:

a) Sa isang mangkok, haluin ang mga itlog at timplahan ng asin at paminta.

b) Init ang langis ng oliba sa isang kawali sa katamtamang init.

c) Idagdag ang mga sibuyas at mushroom sa kawali at lutuin hanggang lumambot.

d) Idagdag ang hiniwang sausage sa kawali at lutuin ng isa pang minuto.

e) Ibuhos ang pinalo na mga itlog sa kawali, siguraduhing sakop nito ang pinaghalong sausage at mushroom.

f) Hayaang maluto ang omelet nang hindi nagagambala sa loob ng ilang minuto hanggang sa magsimula itong magtakda.

g) Dahan-dahang iangat ang mga gilid ng omelet gamit ang isang spatula at ikiling ang kawali upang hayaang dumaloy ang mga hilaw na itlog sa mga gilid.

h) Ipagpatuloy ang pagluluto hanggang sa ma-set ang omelet ngunit medyo matuyo pa rin sa gitna.

i) Maingat na tiklupin ang omelet sa kalahati at ilipat ito sa isang plato.

j) Ihain nang mainit.

6. Bacon at Spinach Omelette

MGA INGREDIENTS:
- 3 malalaking itlog
- 3 hiwa ng bacon, niluto at gumuho
- 1 tasang sariwang dahon ng spinach
- 1/4 tasa ng ginutay-gutay na mozzarella cheese
- Asin at paminta para lumasa
- 1 kutsarang mantikilya

MGA TAGUBILIN:

a) Talunin ang mga itlog sa isang mangkok at timplahan ng asin at paminta.

b) Init ang mantikilya sa isang non-stick skillet sa katamtamang init hanggang matunaw.

c) Idagdag ang dahon ng spinach sa kawali at lutuin hanggang matuyo.

d) Ibuhos ang pinalo na mga itlog sa kawali, ikiling ito upang masakop ang spinach nang pantay-pantay.

e) Iwiwisik ang durog na bacon at ginutay-gutay na mozzarella cheese sa kalahati ng omelet.

f) Hayaang maluto ang mga itlog hanggang sa magsimula silang maglagay sa paligid ng mga gilid.

g) Maingat na tiklupin ang kalahati ng omelet sa gilid ng bacon at keso.

h) Magluto ng isa pang minuto o hanggang matunaw ang keso.

i) Ilipat ang omelet sa isang plato at ihain habang mainit.

7. Omelette ng Manok at Gulay

MGA INGREDIENTS:
- 4 malalaking itlog
- 1/2 tasa ng nilutong dibdib ng manok, diced
- 1/4 tasa diced bell peppers (anumang kulay)
- 1/4 tasa diced tomatoes
- 1/4 tasa diced pulang sibuyas
- Asin at paminta para lumasa
- 1 kutsarang langis ng gulay

MGA TAGUBILIN:

a) Hatiin ang mga itlog sa isang mangkok at haluin ang mga ito hanggang sa mahusay na pinalo. Timplahan ng asin at paminta.

b) Init ang langis ng gulay sa isang kawali sa katamtamang init.

c) Idagdag ang diced bell peppers at pulang sibuyas sa kawali at igisa hanggang sa lumambot nang bahagya.

d) Idagdag ang diced tomatoes at nilutong dibdib ng manok sa kawali at lutuin ng karagdagang minuto.

e) Ibuhos ang pinalo na mga itlog sa kawali, siguraduhing pantay na natatakpan ng timpla ang mga gulay at manok.

f) Pahintulutan ang omelet na magluto nang hindi nagagambala sa loob ng ilang minuto hanggang sa magsimula itong matuyo sa mga gilid.

g) Dahan-dahang iangat ang mga gilid ng omelet gamit ang isang spatula at ikiling ang kawali upang hayaang dumaloy ang mga hilaw na itlog sa mga gilid.

h) Ipagpatuloy ang pagluluto hanggang sa ma-set ang omelet ngunit medyo matuyo pa rin sa gitna.

i) Maingat na tiklupin ang omelet sa kalahati at ilipat ito sa isang plato.

j) Ihain nang mainit.

8. Steak at Onion Omelette

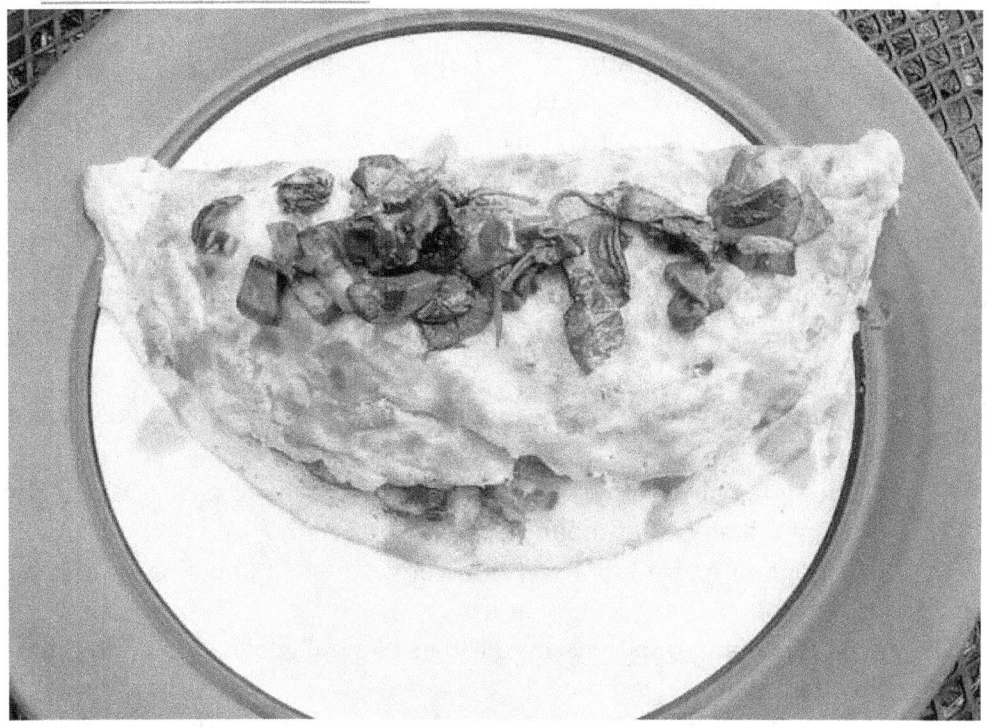

MGA INGREDIENTS:
- 3 malalaking itlog
- 1/2 tasa ng nilutong steak, hiniwa nang manipis
- 1/4 tasa hiniwang sibuyas
- 1/4 tasa ng ginutay-gutay na Swiss cheese
- Asin at paminta para lumasa
- 1 kutsarang mantikilya

MGA TAGUBILIN:

a) Sa isang mangkok, haluin ang mga itlog at timplahan ng asin at paminta.

b) Init ang mantikilya sa isang kawali sa katamtamang init hanggang matunaw.

c) Idagdag ang hiniwang sibuyas sa kawali at lutuin hanggang sa maging malambot at maaninag.

d) Idagdag ang manipis na hiniwang steak sa kawali at lutuin ng isa pang minuto upang mapainit ito.

e) Ibuhos ang pinalo na mga itlog sa kawali, ikiling ito upang matiyak ang pantay na saklaw.

f) Hayaang maluto ang mga itlog ng ilang segundo hanggang sa magsimula silang maglagay sa paligid ng mga gilid.

g) Iwiwisik ang ginutay-gutay na Swiss cheese sa kalahati ng omelet.

h) Gamit ang isang spatula, maingat na tiklupin ang kalahati ng omelet sa gilid ng keso.

i) Magluto ng isa pang minuto o hanggang matunaw ang keso.

j) I-slide ang omelet sa isang plato at ihain nang mainit.

9. Tomato at Chorizo Omelette na pinatuyo sa araw

MGA INGREDIENTS:
- 3 itlog
- ¼ tasa tinadtad na mga kamatis na pinatuyong araw
- ¼ tasa hiniwang chorizo
- ¼ tasa ng ginutay-gutay na cheddar cheese
- Asin at paminta para lumasa

MGA TAGUBILIN:
a)   Talunin ang mga itlog na may asin at paminta sa isang mangkok.
b)   Init ang isang non-stick na kawali sa katamtamang init.
c)   Magdagdag ng chorizo at Sun-dried tomatoes sa kawali at lutuin ng 1-2 minuto.
d)   Ibuhos ang mga itlog sa kawali at lutuin hanggang itakda.
e)   Budburan ng keso sa ibabaw ng mga itlog.
f)   Tiklupin ang omelette sa kalahati at i-slide sa isang plato.

10. Sausage at Mushroom Omelet

MGA INGREDIENTS:
- 3 malalaking itlog
- 1/4 cup na niluto at durog na sausage
- 1/4 tasa ng hiniwang mushroom
- 2 kutsarang tinadtad na sibuyas
- Asin at paminta para lumasa
- 1 kutsarang mantikilya

MGA TAGUBILIN:

a) Sa isang mangkok, haluin ang mga itlog hanggang sa matalo. Timplahan ng asin at paminta.
b) Matunaw ang mantikilya sa isang kawali sa katamtamang init.
c) Idagdag ang tinadtad na sibuyas at hiniwang mushroom sa kawali at lutuin hanggang lumambot.
d) Idagdag ang niluto at durog na sausage sa kawali at haluin ng isa pang minuto.
e) Ibuhos ang pinalo na itlog sa pinaghalong sausage at mushroom.
f) Magluto ng mga 2-3 minuto o hanggang sa magsimulang magtakda ang mga gilid.
g) Maingat na tiklupin ang omelet sa kalahati at lutuin ng isa pang minuto o hanggang sa maluto ang omelet.
h) Ilipat sa isang plato at ihain nang mainit.

11. Bacon at Spinach Omelet

MGA INGREDIENTS:
- 3 malalaking itlog
- 2 hiwa ng lutong bacon, gumuho
- 1/2 tasa sariwang dahon ng spinach
- 2 kutsarang tinadtad na sibuyas
- Asin at paminta para lumasa
- 1 kutsarang mantikilya

MGA TAGUBILIN:
a) Talunin ang mga itlog sa isang mangkok hanggang sa mahusay na pinalo. Timplahan ng asin at paminta.
b) Init ang mantikilya sa isang kawali sa katamtamang init.
c) Idagdag ang tinadtad na sibuyas sa kawali at igisa hanggang sa translucent.
d) Idagdag ang dahon ng spinach sa kawali at lutuin hanggang matuyo.
e) Ibuhos ang pinalo na mga itlog sa kawali at lutuin ng mga 2-3 minuto o hanggang sa magsimulang matuyo ang mga gilid.
f) Iwiwisik nang pantay-pantay ang crumbled bacon sa ibabaw ng omelet.
g) Tiklupin ang omelet sa kalahati at lutuin ng isa pang minuto o hanggang maluto ang omelet.
h) Ilipat sa isang plato at ihain kaagad.

12. Steak at Onion Omelet

MGA INGREDIENTS:
- 3 malalaking itlog
- 1/4 cup na niluto at hiniwang manipis na steak
- 1/4 tasa hiniwang sibuyas
- Asin at paminta para lumasa
- 1 kutsarang mantikilya

MGA TAGUBILIN:

a) Talunin ang mga itlog sa isang mangkok hanggang sa halo-halong mabuti. Timplahan ng asin at paminta.
b) Matunaw ang mantikilya sa isang kawali sa katamtamang init.
c) Idagdag ang hiniwang sibuyas sa kawali at igisa hanggang lumambot.
d) Idagdag ang manipis na hiniwang steak sa kawali at lutuin ng isa pang minuto.
e) Ibuhos ang pinalo na mga itlog sa kawali at lutuin ng mga 2-3 minuto o hanggang sa magsimulang matuyo ang mga gilid.
f) Tiklupin ang omelet sa kalahati at lutuin ng karagdagang minuto o hanggang maluto ang omelet.
g) Ilipat sa isang plato at ihain nang mainit.

13. Turkey at Pepper Omelet

MGA INGREDIENTS:
- 3 malalaking itlog
- 1/4 cup na niluto at diced na pabo
- 1/4 tasa diced bell peppers (anumang kulay)
- Asin at paminta para lumasa
- 1 kutsarang mantikilya

MGA TAGUBILIN:

a) Talunin ang mga itlog sa isang mangkok hanggang sa mahusay na pinalo. Timplahan ng asin at paminta.
b) Matunaw ang mantikilya sa isang kawali sa katamtamang init.
c) Idagdag ang diced bell peppers sa kawali at igisa hanggang lumambot.
d) Idagdag ang diced turkey sa kawali at lutuin ng isa pang minuto.
e) Ibuhos ang pinalo na mga itlog sa kawali at lutuin ng mga 2-3 minuto o hanggang sa magsimulang matuyo ang mga gilid.
f) Maingat na tiklupin ang omelet sa kalahati at lutuin ng isa pang minuto o hanggang sa maluto ang omelet.
g) Ilipat sa isang plato at ihain kaagad.

CHEESY OMELETTE

14. Keso Omelet sa microwave

MGA INGREDIENTS:
- 3 malalaking Itlog
- ⅓ tasa ng Mayonesa
- 2 kutsarang Margarin
- ½ tasang Cheddar cheese -- ginutay-gutay
- Chives
- Mga itim na olibo -- tinadtad

MGA TAGUBILIN:
a) Sa isang mas maliit na mangkok ilagay ang mga yolks ng itlog, at gamit ang parehong mga beater, talunin ang mga yolks, mayonesa, at 2 kutsarang tubig.
b) Dahan-dahang ibuhos ang yolk mixture sa mga puti at tiklupin nang mabuti.
c) Matunaw ang margarine sa isang 9-pulgadang pie plate at paikutin upang mabalot sa loob.
d) Maingat na ibuhos ang mga itlog sa pie plate. Microwave sa medium para sa 5 hanggang 7 minuto
e) Budburan ang ginutay-gutay na keso sa mga itlog at microwave sa medium para sa 30 segundo hanggang 1 minuto.
f) Budburan ng tinadtad na chives at olives, pagkatapos ay mabilis na magpatakbo ng spatula sa paligid ng mga gilid at ilalim ng ulam. Tiklupin ang kalahati ng Omelet sa kabilang kalahati. I-slide sa isang serving plate.

15. Cheesy Pesto Omelet

MGA INGREDIENTS:
- 1 kutsarita ng langis ng oliba
- 1 Portobello mushroom cap, hiniwa
- 1/4 tasa tinadtad na pulang sibuyas
- 4 na puti ng itlog
- 1 kutsarita ng tubig
- asin at itim na paminta sa panlasa
- 1/4 tasa ginutay-gutay na low-fat mozzarella cheese
- 1 kutsarita na inihanda na pesto

MGA TAGUBILIN:

a) Sa isang kawali, mag-init ng mantika sa katamtamang init at lutuin ang sibuyas at kabute sa loob ng mga 3-5 minuto.

b) Sa isang maliit na mangkok, magdagdag ng tubig, puti ng itlog, asin, at itim na paminta at talunin ng mabuti.

c) Idagdag ang pinaghalong puti ng itlog sa kawali at lutuin, haluin nang madalas, sa loob ng mga 5 minuto o hanggang sa magsimulang matigas ang mga puti ng itlog.

d) Ilagay ang keso sa ibabaw ng omelet, sinundan ng pesto at maingat, tiklupin ang Omelet at lutuin ng mga 2-3 minuto o hanggang matunaw ang keso.

16. Cream Cheese Asparagus Omelet

MGA INGREDIENTS:
- 4 sariwang asparagus spears, pinutol
- 2 kutsarita ng mantikilya
- 1 tasang kapalit ng itlog
- 1/4 tasa ng pinababang taba na kulay-gatas
- 2 kutsaritang pinatuyong tinadtad na sibuyas
- 1/4 kutsarita ng asin
- 1/4 kutsarita ng dinurog na red pepper flakes
- 2 ounces na reduced-fat cream cheese, gupitin sa 1/4-inch cube

MGA TAGUBILIN:

a) Pakuluan ang asparagus at 1/2 pulgada ng tubig sa isang malaking kasirola. Ilagay ang takip at hayaang kumulo ng 3 minuto. Alisan ng tubig at agad na ilagay ang asparagus sa tubig ng yelo. Hayaang maubos at patuyuin ito.

b) Matunaw ang mantikilya sa isang malaking nonstick frying pan sa medium-high heat. Talunin ang mga natuklap ng paminta, asin, sibuyas, kulay-gatas, at mga itlog sa isang maliit na mangkok, pagkatapos ay ibuhos ito sa kawali (ang timpla ay dapat na itakda kaagad sa mga gilid). Habang nakatakda ang mga itlog, itulak ang mga nilutong gilid patungo sa gitna upang hayaang dumaloy ang hilaw na bahagi sa ilalim.

c) Kapag naayos na ang mga itlog, ilagay ang asparagus at cream cheese sa isang gilid, pagkatapos ay tiklupin ang Omelet sa ibabaw ng palaman. Ilagay ang takip at hayaang tumayo ng 1 1/2 minuto o hanggang matunaw ang keso. I-slide ito sa isang plato, pagkatapos ay hatiin ito sa kalahati.

17. Goat cheese, kamote at crouton omelet

MGA INGREDIENTS:
- 2 kutsarang unsalted butter
- 1 tasa Half-inch cubes ng country-style na tinapay
- 1 katamtamang kamote
- 1 maliit na pulang sibuyas; hiniwang manipis
- 2-onsa Soft mild goat cheese; gumuho
- 1 kutsarita tinadtad na sariwang dahon ng rosemary
- 5 malalaking Itlog
- asin; sa panlasa
- Bagong-giniling na itim na paminta; sa panlasa

MGA TAGUBILIN:

a) Painitin ang hurno sa 350 degrees. Sa isang 8-pulgadang non-stick na kawali, tunawin ang 1 kutsarang mantikilya sa katamtamang init, at sa isang mangkok ihagis ang mga bread cube.

b) Sa isang baking sheet, i-toast ang mga cube ng tinapay sa gitna ng oven hanggang sa maputlang ginintuang at malutong, mga 10 minuto, at ilipat sa isang mangkok.

c) Balatan ang kamote at gupitin sa ¼-inch dice. Sa isang bapor na nakalagay sa tubig na kumukulong singaw ng patatas at sibuyas hanggang lumambot, mga 4 na minuto, at ihagis sa mga crouton. Palamigin ang timpla at ihalo sa keso ng kambing at rosemary. Sa isang mangkok haluin ang mga itlog at asin at paminta sa panlasa.

d) Sa kawali init ½ kutsarang mantikilya sa katamtamang init hanggang sa humupa ang bula. Ibuhos ang kalahati ng mga itlog, ikiling ang kawali upang kumalat nang pantay sa ilalim.

e) Lutuin ang Omelet sa loob ng 1 minuto, o hanggang sa halos matuyo, haluin ang tuktok na layer gamit ang likod ng isang tinidor at iling ang kawali, hayaan ang anumang hilaw na itlog na dumaloy sa ilalim.

f) Budburan ang kalahati ng Omelet ng kalahati ng pinaghalong crouton at lutuin ng 1 minuto pa o hanggang sa ma-set. I-fold ang Omelet sa ibabaw ng pagpuno at ilipat ito sa isang plato.

g) Panatilihing mainit ang Omelet habang gumagawa ng isa pang Omelet kasama ang natitirang mantikilya, itlog, at pinaghalong crouton sa parehong paraan.

18. Lion's Mane Ham at Cheese Omelette

MGA INGREDIENTS:
- 2 itlog
- ¼ tasa ng Mushroom, Lion's Mane, Diced Small
- ⅓ cup Ham, Deli Style, Hiniwang Manipis, Diced Maliit
- ⅓ tasa ng Keso, Colby Jack, Ginutay-gutay.

MGA TAGUBILIN:

a) Painitin muna ang iyong griddle sa medium/low to medium.

b) Ipunin ang lahat ng iyong sangkap.

c) Dice ang mushroom at ham.

d) Sa isang maliit na mangkok, paghaluin ang mga itlog.

e) Sa preheated dry griddle, igisa ang mga diced mushroom hanggang sa magsimula silang maging golden brown.

f) Lutuin ang diced ham habang ang mga mushroom ay namumuo.

g) Pagsamahin ang mga mushroom at ham sa kawaling.

h) Kung mayroon kang singsing na omelet, maaari na itong gamitin ngayon.

i) Ilagay ang iyong nais na manipis na layer ng grasa sa griddle.

j) Ibuhos ang whipped egg sa greased hot griddle. Ang mga itlog ay dapat nasa isang bilog na 6 na pulgadang bilog. Kung ang mga itlog ay nagsimulang tumakbo sa griddle, gamitin ang iyong spatula at ibalik ito sa hugis ng bilog.

k) Kapag huminto sa pagtakbo ang mga itlog, idagdag ang nilutong ham at mushroom sa itaas at ikalat nang pantay-pantay sa bilog.

l) Magluto ng omelet ng mga 2 minuto sa bawat panig. Ngunit mag-iiba ang oras ng pagluluto. Kailangan mong lutuin ang omelet ayon sa hitsura nito dahil ang bawat griddle ay mag-iiba sa temperatura.

m) Kapag ang ham at mushroom omelet ay niluto sa isang gilid, oras na upang i-flip. Gamit ang isang malaking spatula, maingat na i-flip ang omelet.

n) Idagdag ang kalahati ng ginutay-gutay na keso sa kalahati ng omelet.

o) Kapag naluto na ang mushroom, ham, at cheese omelets, i-flip ang mga ito sa kalahati upang ang non-cheese side ay mapunta sa tinunaw na keso.

p) Itaas ang natitirang ginutay-gutay na keso at alisin sa kawaling.

19. Pinatuyo sa araw na Tomato at Mozzarella Omelette

MGA INGREDIENTS:
- 3 itlog
- ¼ tasa tinadtad na mga kamatis na pinatuyong araw
- ¼ tasa ng ginutay-gutay na mozzarella cheese
- Asin at paminta para lumasa

MGA TAGUBILIN:
a) Talunin ang mga itlog na may asin at paminta sa isang mangkok.
b) Init ang isang non-stick na kawali sa katamtamang init.
c) Idagdag ang sun-dried tomatoes sa kawali at lutuin ng 1-2 minuto.
d) Ibuhos ang mga itlog sa kawali at lutuin hanggang itakda.
e) Budburan ang mozzarella cheese sa ibabaw ng mga itlog.
f) Tiklupin ang omelette sa kalahati at i-slide sa isang plato.

20. Tomato at Goat Cheese Omelette na pinatuyo sa araw

MGA INGREDIENTS:
- 3 itlog
- 1 kutsarang mantikilya
- ¼ tasa ng durog na keso ng kambing
- 2 tbsp tinadtad na sun-dried na kamatis
- Asin at paminta para lumasa

MGA TAGUBILIN:

a) Sa isang mangkok, haluin ang mga itlog na may asin at paminta.

b) Matunaw ang mantikilya sa isang non-stick na kawali sa katamtamang init.

c) Ibuhos ang mga itlog sa kawali at lutuin hanggang sa magsimulang magtakda ang mga gilid.

d) Budburan ng goat cheese at Sun-dried tomatoes ang kalahati ng omelette.

e) Gamit ang isang spatula, tiklupin ang kalahati sa ibabaw ng keso at mga kamatis.

f) Magluto ng isa pang minuto hanggang sa matunaw ang keso at ma-set ang omelette.

21. White Wine at Cheese Omelet

MGA INGREDIENTS:
- 1 tinapay na French bread, malaking araw, pinaghiwa-hiwa-hiwain
- 6 na kutsarang unsalted butter, natunaw
- ¾ pound ng Swiss cheese, ginutay-gutay
- ½ libra ng Monterey jack cheese, ginutay-gutay
- 9 na hiwa ng genoa salami, hiniwa nang manipis
- 16 na itlog
- 3¼ tasa ng gatas
- ½ tasa ng tuyong puting alak
- 4 malalaking berdeng sibuyas, tinadtad
- 1 kutsarang butil na mustasa
- ¼ kutsarita ng paminta
- ¼ kutsarita ng pulang paminta
- 1½ tasa ng kulay-gatas
- 1 tasa ng parmesan cheese, sariwang gadgad

MGA TAGUBILIN:

a) Ikalat ang tinapay sa 2 malalaking buttered casserole, lagyan ng butter, at budburan ng mga karne at keso, hindi parmesan.

b) Talunin ang gatas, itlog, alak, sibuyas, mustasa at pampalasa hanggang sa mabula. Ibuhos sa mga casserole, Takpan ng foil, crimping edges. Palamigin sa magdamag.

c) Alisin sa refrigerator at hayaang tumayo ng 30 minuto. Painitin muna ang hurno sa 325 degrees, at maghurno na may takip ng halos 1 oras. alisan ng takip, at ikalat ang sour cream at parmesan sa lahat. Maghurno hanggang sa malutong at bahagyang kayumanggi- mga 10 minuto.

22. Garlicky Mushroom and Cheese Omelet

MGA INGREDIENTS:
- 2 itlog
- 1 kutsarita ng tubig
- Bagong giniling na paminta
- Spray sa pagluluto
- ½ kutsaritang tinadtad na bawang
- 4 ounces hiniwang butones o cremini mushroom
- 1 onsa na ginutay-gutay na low-sodium Swiss cheese
- 1 kutsarita tinadtad na sariwang perehil

MGA TAGUBILIN:

a) Sa isang maliit na mangkok, haluin ang mga itlog, tubig, at paminta sa panlasa hanggang sa maayos na pinagsama.

b) Pagwilig ng isang maliit na nonstick skillet na may cooking spray at init ito sa katamtamang init. Idagdag ang bawang at mushroom at lutuin, madalas na pagpapakilos, hanggang sa lumambot ang mga mushroom mga 5 minuto. Ilipat ang pinaghalong mushroom sa isang mangkok.

c) I-spray muli ang kawali gamit ang cooking spray, kung kinakailangan, at ilagay ito sa katamtamang init. Idagdag ang mga itlog at lutuin ang mga ito hanggang sa magsimulang magtakda ang mga gilid. Gamit ang isang spatula, itulak ang set na itlog mula sa mga gilid patungo sa gitna. Ikiling ang kawali, hayaang kumalat ang hilaw na itlog sa labas ng set na itlog. Lutuin hanggang malapit nang maluto ang Omelet.

d) Ilagay ang nilutong mushroom sa Omelet sa isang linya pababa sa gitna. Itaas ang keso at kalahati ng perehil.

e) Tiklupin ang isang bahagi ng Omelet sa ibabaw ng kabilang panig. Hayaang maluto ng 1 minuto o higit pa para matunaw ang keso.

f) I-slide ang Omelet sa isang plato at ihain kaagad, pinalamutian ng natitirang perehil.

23. Feta at sundried tomato souffle omelet

MGA INGREDIENTS:
- 3 medium na laki ng mga itlog; hiwalay
- 1 kutsarang Tubig
- 2 kutsarita na pinaghiwa-hiwalay na tomato paste
- 25 gramo ng mantikilya; (1oz)
- ½ 200 g pakete ng feta cheese; gupitin sa maliliit na dice
- 3 sari-saring kamatis; halos tinadtad
- 4 itim na olibo; gupitin sa quarters
- 15 gramo ng sariwang basil; halos tinadtad
- Asin at sariwang giniling na itim na paminta

MGA TAGUBILIN:

a) Paghaluin ang mga yolks ng itlog at tubig. Talunin ang mga puti hanggang sa magaan at mabula at pagsamahin sa mga yolks. Haluin ang tomato paste.

b) Init ang mantikilya sa isang kawali, hanggang mainit. Ibuhos ang pinaghalong itlog at hayaang maluto hanggang sa matigas sa itaas na gilid at malambot sa gitna.

c) Ilagay ang keso, sinuri na mga kamatis, olibo, sariwang basil, at pampalasa sa isang kalahati ng omelet at tiklupin ang isa pang kalahati upang bumuo ng isang takip.

d) Ilipat sa isang plato at ihain kaagad.

24. <u>Avocado, Bacon, at Swiss Cheese Omelet</u>

MGA INGREDIENTS:
- 3 Itlog
- 3 kutsara Half-and-half
- Asin at paminta para lumasa
- 2 kutsarang hinog na avocado, diced
- 1-onsa Swiss cheese, gadgad
- 1 slice ng Crisp bacon

MGA TAGUBILIN:
a) Pagsamahin ang unang 4 na sangkap at talunin ng mabuti.
b) Ibuhos sa isang well-oiled Omelet na kawali at lutuin sa katamtamang apoy hanggang pumbo.
c) Magdagdag ng avocado, keso, at durog na bacon.
d) Ihain nang bukas ang mukha o nakatiklop.

25. Olive Cheese Omelet

MGA INGREDIENTS:
- 4 malalaking itlog
- 2 oz na keso
- 12 olibo, pitted
- 2 kutsarang mantikilya
- 2 kutsarang langis ng oliba
- 1 kutsarita herb de Provence
- ½ kutsarita ng asin

MGA TAGUBILIN:

a) Idagdag ang lahat ng sangkap maliban sa mantikilya sa isang mangkok, at haluin ng mabuti hanggang mabula.

b) Matunaw ang mantikilya sa isang kawali sa katamtamang init.

c) Ibuhos ang pinaghalong itlog sa isang mainit na kawali at ikalat nang pantay-pantay.

d) Takpan at lutuin ng 3 minuto.

e) Lumiko ang Omelet sa kabilang panig at magluto ng 2 minuto pa.

26. Cheddar Omelet Brunch

MGA INGREDIENTS:
- 18 itlog
- 1 tasa ng kulay-gatas
- 1 tasang gatas
- 1 kutsarita ng asin
- ¼ tasa tinadtad na berdeng sibuyas
- 1 tasang gadgad na cheddar cheese

MGA TAGUBILIN:

a) Painitin ang hurno sa 325 degrees.

b) Sa isang malaking mangkok, talunin ang mga itlog, kulay-gatas, gatas, at asin. Tiklupin sa berdeng mga sibuyas. Ibuhos ang timpla sa isang 9x13-inch na kawali na may mantika. Maghurno ng 45–55 minuto, o hanggang sa maluto ang mga itlog.

c) Agad na iwisik ang keso sa ibabaw at gupitin sa mga parisukat bago ihain.

27. Mint at Feta Omelette

MGA INGREDIENTS:
- 2 itlog
- 1 kutsarang mantikilya
- 1 kutsarang crumbled feta cheese
- 1 kutsarang tinadtad na sariwang dahon ng mint
- Asin at paminta para lumasa

MGA TAGUBILIN:
a) Sa isang maliit na mangkok, haluin ang mga itlog, asin, at paminta.
b) Matunaw ang mantikilya sa isang non-stick na kawali sa katamtamang init.
c) Ibuhos ang pinaghalong itlog sa kawali at paikutin ang ilalim.
d) Lutuin ng 2-3 minuto o hanggang sa itakda ang ibaba.
e) Budburan ang feta cheese at dahon ng mint sa kalahati ng omelet.
f) Gumamit ng spatula upang tiklop ang kalahati ng omelet sa ibabaw ng pagpuno.
g) Magluto ng isa pang 1-2 minuto o hanggang matunaw ang keso at maluto ang itlog.
h) Ihain kaagad at magsaya!

VEGGIE OMELETTE

28. Krauty Omelet

MGA INGREDIENTS:
- 1 kutsarang unsalted butter, olive oil, o Chile Oil
- 2 malalaking itlog, mahusay na pinalo
- ¼ tasa na pinatuyo nang husto sauerkraut
- Asin at sariwang giniling na itim na paminta

MGA TAGUBILIN:

a)   Sa isang nonstick skillet, init ang mantikilya (o mantika) sa medium-low heat. Kapag natunaw na ang mantikilya (o kumalat na ang mantika sa ilalim ng kawali), idagdag ang pinalo na mga itlog at ikiling ang kawali upang ang itlog ay umabot sa mga gilid.

b)   Ikalat ang sauerkraut sa isang kasiya-siyang pagkakaayos sa ibabaw ng mga itlog. Timplahan ng asin at paminta ang Omelet (tandaan na ang sauerkraut ay mayroon nang asin) at ikiling muli ang kawali nang pabilog upang ang anumang puddles ng itlog ay kumalat nang pantay-pantay sa kabuuan.

c)   Gumamit ng silicone spatula upang dahan-dahang iangat ang itlog mula sa mga gilid ng kawali.

d)   Ipagpatuloy ang pagluluto, nanginginig ang kawali paminsan-minsan, hanggang sa maluto na lang ang mga itlog ayon sa gusto mo.

e)   I-slide ang Omelet sa isang plato at kainin ito kaagad.

29. Nakabubusog na Potato Omelet

MGA INGREDIENTS:
- 1 bacon strip, gupitin sa 1/2-inch na piraso
- 4 frozen Tater Tots, lasaw
- 2 itlog
- 2 kutsarang tubig
- 3 kutsarang ginutay-gutay na cheddar cheese

MGA TAGUBILIN:

a) Magluto ng bacon sa isang 8-in. nonstick frying pan sa katamtamang init hanggang malutong. Idagdag ang Tater Tots at gumamit ng spatula para masira ito.

b) Paghaluin ang tubig na may mga itlog sa isang maliit na mangkok, at ilagay sa kawali.

c) Habang nakatakda ang mga itlog, itaas ang mga gilid upang hayaang dumaloy ang hilaw na bahagi sa ilalim.

d) Kapag naitakda na ang mga itlog, ilagay ang keso sa isang gilid, at tiklupin ang Omelet sa ibabaw ng laman.

e) Maglagay ng takip at hayaang matunaw ang keso, mga 1-1/2 minuto.

f) Sa isang ulam, i-flip ang Omelet para tangkilikin.

30. Thai Gulay Omelet

MGA INGREDIENTS:
THAI DRESSING:
- Katas ng kalamansi: ½
- Sarsa ng isda: ½ kutsara
- Brown sugar: ½ kutsara
- Tinadtad na maliit na sili: 1
- Sweet chili sauce: 1 ½ kutsara
- Suka ng bigas: ½ kutsara
- Langis ng mani/langis ng oliba: 1 kutsarita
- Tubig: 1 kutsara
- Paghaluin ang lahat hanggang sa pinagsama.

Omelet:
- Langis ng oliba
- Bawang
- Mga natitirang gulay na pinili
- 1 tasang asin: sa panlasa
- Itlog: 2
- Tubig: 2 kutsara
- Turmeric powder: isang kurot

MGA TAGUBILIN:
a) Igisa ang bawang, Mushroom, Asparagus, Broccoli, Snow Peas, Bok Choy, at Bean Sprouts sa isang cast-iron skillet na may kaunting mantika.
b) Patuloy na lutuin ang mga gulay hanggang sa lumambot ngunit malutong pa rin, tinimplahan ng asin at paminta.
c) Alisin sa kalan at itabi.
d) Pagsamahin ang mga itlog, tubig, asin, at turmerik sa isang medium mixing bowl.
e) Sa cast-iron skillet, magdagdag ng kaunting mantika at init ito. Pagkatapos ay idagdag ang pinalo na itlog. Magluto, paminsan-minsang pagpapakilos, hanggang sa magsimulang magtakda ang mga itlog.
f) Habang ang Omelet ay patuloy na niluluto sa mainit na kawali, alisin ito sa apoy, takpan ito ng mga lutong sari-saring gulay, at tiklupin ang Omelet sa ibabaw nito.
g) Iwiwisik ang Thai dressing sa salad at ihain ang natitirang dressing sa gilid.

31. Itlog Foo Yong

MGA INGREDIENTS:
- 5 malalaking itlog, sa temperatura ng silid
- Kosher na asin
- Giiling na puting paminta
- ½ tasa ng manipis na hiniwang takip ng kabute ng shiitake
- ½ tasa ng frozen na mga gisantes, lasaw
- 2 scallions, tinadtad
- 2 kutsarita ng sesame oil
- ½ tasang low-sodium na sabaw ng manok
- 1½ kutsarang oyster sauce
- 1 kutsarang Shaoxing rice wine
- ½ kutsarita ng asukal
- 2 kutsarang light soy sauce
- 1 kutsarang gawgaw
- 3 kutsarang langis ng gulay
- Lutong kanin, para ihain

MGA TAGUBILIN:

a) Sa isang malaking mangkok, haluin ang mga itlog na may isang pakurot ng asin at puting paminta. Ihalo ang mga mushroom, peas, scallion, at sesame oil. Itabi.

b) Gawin ang sarsa sa pamamagitan ng pagpapakulo ng sabaw ng manok, oyster sauce, rice wine, at asukal sa isang maliit na kasirola sa katamtamang init. Sa isang maliit na basong panukat, haluin ang light soy at cornstarch hanggang sa tuluyang matunaw ang cornstarch. Ibuhos ang pinaghalong cornstarch sa sarsa habang patuloy na hinahalo at lutuin ng 3 hanggang 4 na minuto, hanggang sa maging sapat ang kapal ng sarsa upang masakop ang likod ng kutsara. Takpan at itabi.

c) Init ang isang kawali sa katamtamang init hanggang sa sumirit ang isang patak ng tubig at sumingaw kapag nadikit. Ibuhos ang langis ng gulay at paikutin upang mabalot ang base ng wok. Idagdag ang pinaghalong itlog at lutuin, paikutin at iling ang kawali hanggang sa maging ginintuang ang ilalim. I-slide ang Omelet mula sa kawali papunta sa isang plato at baligtarin sa ibabaw ng wok o ibalik ito gamit ang isang spatula upang maluto ang kabilang panig hanggang sa ginintuang. I-slide ang Omelet palabas sa isang serving platter at ihain sa ibabaw ng nilutong kanin na may isang kutsarang sarsa.

32. Mustard Microgreen at Radish Omelette

MGA INGREDIENTS:
- 4 na Itlog
- 1 tablespoons perehil, tinadtad
- langis ng oliba
- 40 gramo ng mustasa microgreens
- 4 na labanos, hiniwa
- 2 spring onions, hiniwa
- Kakarampot na asin
- Kurutin ang paminta

MGA TAGUBILIN:

a) Sa isang mangkok, haluin ang mga itlog at perehil hanggang sa lubusan na maisama; timplahan ng asin at paminta.

b) Iprito ang spring onion, labanos, at microgreens sa olive oil.

c) Iprito ang omelet sa loob ng 3 minuto pagkatapos ibuhos ang pinaghalong itlog sa mga gulay.

d) I-flip ang omelette at iprito ng isa pang 2 minuto.

33. Pea, Basil, at Goat's Cheese Omelette

MGA INGREDIENTS:
- 200g frozen na mga gisantes
- 20g mantikilya
- Maliit na dakot ng dahon ng basil, halos tinadtad
- 8 malalaking itlog, pinalo
- 150g goat's cheese log, makapal na hiniwa
- 20g Parmesan cheese, gadgad
- Sea salt at sariwang giniling na itim na paminta
- Para sa salad
- 250g asparagus, pinutol
- Malaking dakot ng mga dahon ng rocket
- Juice ng ½ lemon
- 3 kutsarang langis ng oliba

MGA TAGUBILIN:

a) Painitin muna ang grill sa mataas.

b) Ilagay ang mga gisantes sa isang colander at hawakan ang mga ito sa ilalim ng mainit na tubig sa loob ng halos isang minuto. Ito ay magde-defrost sa kanila nang hindi niluluto ang mga ito.

c) Maglagay ng malaki at hindi tinatablan ng oven na kawali sa medium-high heat at idagdag ang mantikilya. Kapag mainit, idagdag ang mga gisantes, kalugin ang kawali, at lutuin ng 1-2 minuto.

d) Idagdag ang basil at haluing mabuti bago ibuhos ang pinalo na mga itlog, pagkatapos ay lutuin ng 2-3 minuto, o hanggang ang Omelet ay nagsisimula nang lumutang sa ilalim.

e) Samantala, ihanda ang salad. Gamit ang isang mandolin o vegetable peeler, hiwain ang asparagus sa napakahabang mga shavings at ilagay ang mga ito sa isang mangkok na may rocket. Talunin ang lemon juice, langis ng oliba, at isang kurot ng asin sa isang maliit na mangkok, pagkatapos ay ibuhos ang dressing na ito sa salad at ihalo nang mabuti.

f) Ilagay ang mga hiwa ng keso ng kambing sa ibabaw ng omelet, iwiwisik ang Parmesan, at timplahan ng asin at paminta. Ilagay ang kawali sa ilalim ng grill sa loob ng 1–2 minuto, o hanggang sa ang mga itlog ay mailagay sa ibabaw at ang keso ng kambing ay nagsimulang maging kayumanggi.

g) Ilipat ang Omelet sa isang board o plato, hiwain ito sa mga wedges, at ihain kasama ang asparagus at rocket salad.

34. Veggie at Ramen omelet

MGA INGREDIENTS:
- 2 (3 onsa) na pakete ng ramen noodles, niluto
- 6 na itlog
- 1 pulang kampanilya paminta, tinadtad
- 1 malaking karot, gadgad
- ½ tasang parmesan cheese, gadgad

MGA TAGUBILIN:

a) Kumuha ng mixing bowl: Ihalo sa loob nito ang mga itlog na may 1 ramen seasoning packet.

b) Idagdag ang noodles, bell pepper, at carrot. Haluin silang mabuti.

c) Bago ka gumawa ng anumang bagay, painitin muna ang oven sa 356 F.

d) Pahiran ng mantikilya o cooking spray ang muffin tin. Ilagay ang batter sa mga lata.

e) Itaas ang muffins na may parmesan cheese. Magluto ng muffins sa oven sa loob ng 16 minuto. Pagsilbihan sila nang mainit. Enjoy.

35. Spinach at Salsa Omelet

MGA INGREDIENTS:
- 2 itlog, pinalo
- 1½ tasang hilaw na spinach
- 1 kutsarang almond oil
- ⅓ tasa ng kamatis at sibuyas na salsa
- Isang dakot na cilantro microgreens

MGA TAGUBILIN:
a) Matunaw ang almond oil sa kawali.
b) Magdagdag ng spinach, at itlog sa kawali.
c) I-flip kapag ang itlog ay nakalagay sa gilid.
d) Idagdag ang salsa sa itaas.
e) Ilipat sa isang plato at palamutihan ng cilantro microgreens.

36. Veggie Omelette na may Broccoli Microgreens

MGA INGREDIENTS:
- 3 itlog, pinalo
- 1 karot, hiwa ng posporo
- 3 scallion, hiniwa nang pahilis
- 1 dakot ng broccoli microgreens
- Mga piraso ng natirang nilutong pabo
- Langis ng safflower
- Mababang sodium salt

MGA TAGUBILIN:

a) Mag-init ng mantika sa isang kawali o cast-iron skillet sa katamtamang init, hanggang sa sapat na init upang sumirit ng isang patak ng tubig.

b) Magdagdag ng broccoli microgreens at carrots, at ihalo sa loob ng 2 minuto.

c) Magdagdag ng nilutong pabo, at iprito ng 1 minuto hanggang sa uminit.

d) Magdagdag ng scallion at itlog, at scramble.

e) Timplahan ng asin.

37. Inihurnong asul na bulaklak na chive omelet

MGA INGREDIENTS:
- 4 na Itlog
- 4 na kutsarang Gatas
- Asin at paminta para lumasa
- 2 kutsarang tinadtad na chives
- 3 kutsarang Mantikilya
- 1 dosenang bulaklak ng chive

MGA TAGUBILIN:

a) Matunaw ang mantikilya sa isang kawali pagkatapos ay pagsamahin ang natitirang mga sangkap sa isang blender at ibuhos sa mainit, mantikilya na kawali.

b) Habang nagsisimulang matuyo ang mga gilid ng Omelet, bahagyang bawasan ang apoy, at gamit ang isang spatula, paikutin ang mga hilaw na itlog sa ilalim ng kawali hanggang sa maluto ang lahat.

c) Iwiwisik ang mga nahugasang bulaklak sa tuktok ng mga itlog at pagkatapos ay tiklupin ang Omelet at hayaang maluto ng ilang minuto. maglingkod.

38. Onion and Cheese Omelet

MGA INGREDIENTS:
- 2 itlog
- 2 kutsarang gadgad na cheddar cheese
- 1 kutsarang langis ng oliba
- 1 kutsarita ng toyo
- ½ sibuyas, hiniwa
- ¼ kutsarita ng paminta

MGA TAGUBILIN:
a) Itakda ang temperatura ng iyong air fryer sa 350 degrees F.
b) Pagsamahin ang mga itlog, paminta, at toyo.
c) Init ang langis ng oliba at igisa ang sibuyas.
d) Idagdag ang pinaghalong egg-soy sauce at i-air fry sa loob ng 10 minuto.
e) Itaas ang cheddar cheese.

39. Puffed mushroom omelet

MGA INGREDIENTS:
- 20g mantikilya
- 1 kutsarang langis ng oliba
- 2 malalaking mushroom, hiniwa ng makinis
- 1 shallot, hiniwa ng manipis
- 3 itlog
- 100ml natural na yogurt
- 1 kutsarang basil, tinadtad
- 1 kutsarang perehil, tinadtad
- ½ tablespoons chives, tinadtad

MGA TAGUBILIN:

a) Init ang mantikilya at mantika sa isang malaking kawali na may takip. Iprito ang mga kabute, hindi madalas na pagpapakilos, upang magkaroon sila ng ilang kulay.

b) Idagdag ang shallot at lutuin hanggang malambot. Ibaba ang init sa pinakamaliit na apoy na posible.

c) Paghaluin ang mga itlog at yogurt, pagkatapos ay timplahan ng masaganang kurot ng asin at paminta sa dagat. Talunin gamit ang electric whisk (o masigla gamit ang kamay) hanggang mabula.

d) Ilagay ang timpla sa kawali, idagdag ang mga damo at takpan.

e) Lutuin hanggang sa pumutok at ganap na ma-set.

40. Sariwang Asparagus Omelet

MGA INGREDIENTS:
- 1 kutsarang mantikilya
- 1 kutsarang langis ng oliba
- 8 tangkay ng asparagus, gupitin sa ½ pulgadang piraso
- ¼ sibuyas, tinadtad
- 6 na itlog, pinalo
- ¼ tasa ng gatas
- Asin at paminta para lumasa
- ½ tasang ginutay-gutay na Swiss cheese

MGA TAGUBILIN:

a) Sa isang non-stick skillet, painitin ang mantikilya at mantika sa katamtamang init.

b) Magdagdag ng asparagus at sibuyas; lutuin ng 5 minuto o hanggang lumambot.

c) Sa isang mangkok, pagsamahin ang mga itlog, gatas, asin, at paminta.

d) Talunin ang pinaghalong itlog gamit ang isang tinidor hanggang sa magsimulang lumitaw ang mga bula; ibuhos sa pinaghalong asparagus.

e) Magluto hanggang ang mga itlog ay mailagay sa itaas; iangat ang mga gilid gamit ang isang spatula upang payagan ang mga hilaw na itlog na magpatakbo ng hindi luto na mga itlog.

f) Kapag naitakda na ang mga itlog, itaas na may keso. Gupitin sa mga wedges.

ISDA AT SEAFOOD OMELETTE

41. Mga Omelette ng Hipon at Alimango

MGA INGREDIENTS:
- 4 na itlog
- 3 kutsarang mabigat na cream
- Kosher asin at itim na paminta, sa panlasa
- 1 kutsarang langis ng oliba
- ¼ tasa ng hiniwang mushroom
- ¼ tasa sariwang spinach
- ¼ tasa ng nilutong karne ng hipon
- ¼ tasang bukol na karne ng alimango
- ¼ tasa ng ginutay-gutay na Havarti cheese

MGA TAGUBILIN:

a) Sa isang maliit na mangkok ng paghahalo, pagsamahin ang mga itlog at mabigat na cream at talunin hanggang sa mahusay na pinagsama. Budburan ang asin at paminta, at ihalo. Ilagay sa gilid.

b) Ibuhos ang langis ng oliba sa isang malaking kawali sa katamtamang init. Kapag mainit na ang mantika, ihagis ang mga mushroom at spinach sa kawali, at lutuin hanggang malambot. Alisin mula sa kawali at ilagay sa gilid.

c) Ibuhos ang mga itlog at lutuin ng 2 minuto. Iwiwisik ang hipon, alimango, keso, mushroom, at spinach. Tiklupin ang Omelet sa kalahati at lutuin ng 2 minuto pa, pagkatapos ay alisin sa kawali. Ihain at magsaya!

42. Fujianese Oyster Omelet

MGA INGREDIENTS:
- 1 dosenang maliliit na talaba, na-shucked, mga 10–12 onsa
- 2 pinalo na itlog
- 2 kutsarang harina ng kamote
- 1/4 tasa ng tubig
- Pinong tinadtad na cilantro at berdeng mga sibuyas
- Asin, paminta
- 2 kutsarang mantika o mantika para sa pagprito

MGA TAGUBILIN:s:

a) Sa isang malaking mangkok, gumawa ng manipis na batter na may harina ng kamote at tubig. Siguraduhin na ang harina ay ganap na natunaw.

b) Painitin ang kawali sa paninigarilyo. Pahiran ng mantika o mantika ang ibabaw ng kawali.

c) Ibuhos sa batter ng kamote. Kapag halos fully set na pero basa pa sa ibabaw, ibuhos ang mga itlog na hinaluan ng asin at paminta.

d) Kapag ang ilalim ng starch-crusted na Omelet ay ginintuang at ang pinalo na itlog ay nasa kalahati na, putol-putol ang Omelet gamit ang isang spatula. Itulak sila sa isang tabi.

e) Magdagdag ng mga talaba, berdeng sibuyas, at cilantro at iprito sa loob ng 1/2 minuto. Tiklupin at ihalo sa itlog.

f) Ihain na may kasamang mainit na sarsa o matamis na chili sauce na gusto mo.

43. Pinausukang Salmon at Dill Omelette

MGA INGREDIENTS:
- 3 malalaking itlog
- 2 onsa pinausukang salmon, hiniwa nang manipis
- 1 kutsarang tinadtad na sariwang dill
- Asin at paminta para lumasa
- 1 kutsarang mantikilya

MGA TAGUBILIN:

a) Hatiin ang mga itlog sa isang mangkok at haluin ang mga ito hanggang sa mahusay na pinalo. Timplahan ng asin at paminta.

b) Init ang mantikilya sa isang non-stick skillet sa katamtamang init hanggang matunaw.

c) Ibuhos ang pinalo na mga itlog sa kawali, ikiling ito upang matiyak ang pantay na saklaw.

d) Hayaang maluto ang mga itlog ng ilang segundo hanggang sa magsimula silang maglagay sa paligid ng mga gilid.

e) Ilagay ang pinausukang mga hiwa ng salmon sa kalahati ng omelet.

f) Iwiwisik ang tinadtad na dill sa pinausukang salmon.

g) Gamit ang isang spatula, maingat na tiklupin ang kalahati ng omelet sa ibabaw ng salmon at dill.

h) Magluto ng isa pang minuto o hanggang sa ang omelet ay itakda at bahagyang ginintuang.

i) Ilipat ang omelet sa isang plato at ihain nang mainit.

44. Hipon at Spinach Omelette

MGA INGREDIENTS:
- 4 malalaking itlog
- 1/2 tasa ng nilutong hipon, binalatan at hiniwa
- 1 tasang sariwang dahon ng spinach
- 1/4 tasa crumbled feta cheese
- Asin at paminta para lumasa
- 1 kutsarang langis ng oliba

MGA TAGUBILIN:

a) Talunin ang mga itlog sa isang mangkok at timplahan ng asin at paminta.

b) Init ang langis ng oliba sa isang kawali sa katamtamang init.

c) Idagdag ang dahon ng spinach sa kawali at lutuin hanggang matuyo.

d) Idagdag ang nilutong hipon sa kawali at lutuin ng isa pang minuto.

e) Ibuhos ang pinalo na mga itlog sa kawali, siguraduhing natatakpan ng mga ito ang hipon at spinach nang pantay-pantay.

f) Hayaang maluto ang omelet nang hindi nagagambala sa loob ng ilang minuto hanggang sa magsimula itong magtakda.

g) Dahan-dahang iangat ang mga gilid ng omelet gamit ang isang spatula at ikiling ang kawali upang hayaang dumaloy ang mga hilaw na itlog sa mga gilid.

h) Iwiwisik ang crumbled feta cheese sa kalahati ng omelet.

i) Ipagpatuloy ang pagluluto hanggang sa ma-set ang omelet ngunit medyo matuyo pa rin sa gitna.

j) Maingat na tiklupin ang omelet sa kalahati at ilipat ito sa isang plato.

k) Ihain nang mainit.

45. Tuna at Tomato Omelette

MGA INGREDIENTS:
- 3 malalaking itlog
- 1/2 tasa ng de-latang tuna, pinatuyo
- 1/4 tasa diced tomatoes
- 2 kutsarang tinadtad na sariwang perehil
- Asin at paminta para lumasa
- 1 kutsarang mantikilya

MGA TAGUBILIN:

a) Hatiin ang mga itlog sa isang mangkok at haluin ang mga ito hanggang sa mahusay na pinalo. Timplahan ng asin at paminta.

b) Init ang mantikilya sa isang non-stick skillet sa katamtamang init hanggang matunaw.

c) Ibuhos ang pinalo na mga itlog sa kawali, ikiling ito upang matiyak ang pantay na saklaw.

d) Hayaang maluto ang mga itlog ng ilang segundo hanggang sa magsimula silang maglagay sa paligid ng mga gilid.

e) Ikalat ang de-latang tuna nang pantay-pantay sa kalahati ng omelet.

f) Budburan ang mga diced na kamatis at tinadtad na perehil sa ibabaw ng tuna.

g) Gamit ang isang spatula, maingat na itupi ang kalahati ng omelet sa gilid ng tuna at kamatis.

h) Magluto ng isa pang minuto o hanggang sa ang omelet ay itakda at bahagyang ginintuang.

i) Ilipat ang omelet sa isang plato at ihain nang mainit.

46. Crab at Avocado Omelette

MGA INGREDIENTS:
- 4 malalaking itlog
- 1/2 tasa ng nilutong karne ng alimango, natuklap
- 1/4 tasa diced avocado
- 1/4 tasa diced red bell pepper
- Asin at paminta para lumasa
- 1 kutsarang mantikilya

MGA TAGUBILIN:

a) Talunin ang mga itlog sa isang mangkok at timplahan ng asin at paminta.

b) Init ang mantikilya sa isang kawali sa katamtamang init hanggang matunaw.

c) Ibuhos ang pinalo na mga itlog sa kawali, ikiling ito upang matiyak ang pantay na saklaw.

d) Hayaang maluto ang mga itlog ng ilang segundo hanggang sa magsimula silang maglagay sa paligid ng mga gilid.

e) Ikalat ang nilutong crabmeat nang pantay-pantay sa kalahati ng omelet.

f) Budburan ang diced avocado at red bell pepper sa ibabaw ng crab meat.

g) Gamit ang isang spatula, maingat na itupi ang kalahati ng omelet sa ibabaw ng crab at avocado side.

h) Magluto ng isa pang minuto o hanggang sa ang omelet ay itakda at bahagyang ginintuang.

i) Ilipat ang omelet sa isang plato at ihain nang mainit.

47. Scallop at Mushroom Omelette

MGA INGREDIENTS:
- 3 malalaking itlog
- 1/2 tasa ng nilutong scallops
- 1/4 tasa ng hiniwang mushroom
- 2 kutsarang tinadtad na sariwang chives
- Asin at paminta para lumasa
- 1 kutsarang langis ng oliba

MGA TAGUBILIN:
a) Hatiin ang mga itlog sa isang mangkok at haluin ang mga ito hanggang sa mahusay na pinalo. Timplahan ng asin at paminta.
b) Init ang langis ng oliba sa isang non-stick skillet sa katamtamang init.
c) Idagdag ang hiniwang mushroom sa kawali at lutuin hanggang sa lumambot nang bahagya.
d) Idagdag ang nilutong scallops sa kawali at lutuin ng isa pang minuto.
e) Ibuhos ang pinalo na mga itlog sa kawali, siguraduhing tinatakpan nila ang mga scallop at mushroom nang pantay-pantay.
f) Hayaang maluto ang omelet nang hindi nagagambala sa loob ng ilang minuto hanggang sa magsimula itong magtakda.
g) Dahan-dahang iangat ang mga gilid ng omelet gamit ang isang spatula at ikiling ang kawali upang hayaang dumaloy ang mga hilaw na itlog sa mga gilid.
h) Iwiwisik ang tinadtad na sariwang chives sa kalahati ng omelet.
i) Ipagpatuloy ang pagluluto hanggang sa ma-set ang omelet ngunit medyo matuyo pa rin sa gitna.
j) Maingat na tiklupin ang omelet sa kalahati at ilipat ito sa isang plato.
k) Ihain nang mainit.

48. Salmon at Spinach Omelette

MGA INGREDIENTS:
- 4 na onsa na nilutong salmon, tinupi
- 3 malalaking itlog
- 1 tasang sariwang dahon ng spinach
- ¼ tasa ng ginutay-gutay na keso (Swiss, feta, o gusto mo)
- Asin at paminta para lumasa
- 1 kutsarang mantikilya o mantika

MGA TAGUBILIN:

a) Sa isang mangkok, talunin ang mga itlog at timplahan ng asin at paminta.

b) Init ang mantikilya o mantika sa isang non-stick skillet sa katamtamang init.

c) Idagdag ang dahon ng spinach at lutuin hanggang matuyo.

d) Ibuhos ang pinalo na itlog sa kawali na may spinach.

e) Hayaang magtakda ng kaunti ang mga itlog, pagkatapos ay iwiwisik nang pantay-pantay ang tinadtad na salmon at ginutay-gutay na keso sa ibabaw ng omelet.

f) Dahan-dahang tiklupin ang omelette sa kalahati gamit ang isang spatula.

g) Ipagpatuloy ang pagluluto hanggang ang mga itlog ay ganap na matunaw at ang keso ay matunaw.

h) Ilipat ang omelette sa isang plato at ihain nang mainit.

FRUIT OMELETTE

49. Apple omelet

MGA INGREDIENTS:
- 2 kutsarita ng langis ng niyog
- ½ malaking berdeng mansanas, ubod at hiniwa ng manipis
- ¼ kutsarita ng giniling na kanela
- 1/8 kutsarita ng ground nutmeg
- 2 malaking organic na itlog
- 1/8 kutsarita ng organic vanilla extract
- kurot ng asin

MGA TAGUBILIN:

a) Sa isang nonstick skillet, tunawin ang 1 kutsarita ng langis ng niyog sa sobrang init at igisa ang mga hiwa ng mansanas na may nutmeg at cinnamon sa loob ng mga 4-5 minuto, na iikot nang isang beses sa kalahati. -nagluluto.

b) Samantala, ilagay ang mga itlog, banilya, at asin sa isang mangkok at talunin hanggang mahimulmol

c) Alisin ang kawali mula sa apoy at matunaw ang natitirang mantika.

d) Ibuhos ang pinaghalong itlog nang pantay-pantay sa mga hiwa ng mansanas at lutuin ng humigit-kumulang 3-4 minuto o hanggang sa nais na pagkaluto.

e) Maingat na baligtarin ang kawali sa isang serving platter at agad na tiklupin ang Omelet sa kalahati.

50. Saging at Nutella Omelet

MGA INGREDIENTS:
- 3 malalaking itlog
- 1 hinog na saging, hiniwa
- 2 kutsarang Nutella (o anumang chocolate hazelnut spread)
- 1 kutsarang mantikilya
- Powdered sugar (para sa pag-aalis ng alikabok, opsyonal)

MGA TAGUBILIN:

a) Hatiin ang mga itlog sa isang mangkok at haluin ang mga ito hanggang sa mahusay na pinalo.

b) Init ang mantikilya sa isang non-stick skillet sa katamtamang init hanggang matunaw.

c) Ibuhos ang pinalo na mga itlog sa kawali, ikiling ito upang matiyak ang pantay na saklaw.

d) Hayaang maluto ang mga itlog ng ilang segundo hanggang sa magsimula silang maglagay sa paligid ng mga gilid.

e) Ikalat ang Nutella nang pantay-pantay sa kalahati ng omelet.

f) Ayusin ang mga hiwa ng saging sa ibabaw ng Nutella.

g) Gamit ang isang spatula, maingat na itupi ang kalahati ng omelet sa gilid ng saging at Nutella.

h) Magluto ng isa pang minuto o hanggang sa ang omelet ay itakda at bahagyang ginintuang.

i) Ilipat ang omelet sa isang plato at budburan ng powdered sugar kung gusto.

j) Ihain nang mainit.

51. Mixed Berry Omelet

MGA INGREDIENTS:
- 3 malalaking itlog
- 1/2 tasa ng pinaghalong berry (tulad ng mga strawberry, blueberries, at raspberry)
- 2 kutsarang pulot
- 1 kutsarang mantikilya

MGA TAGUBILIN:
a) Hatiin ang mga itlog sa isang mangkok at haluin ang mga ito hanggang sa mahusay na pinalo.
b) Init ang mantikilya sa isang non-stick skillet sa katamtamang init hanggang matunaw.
c) Ibuhos ang pinalo na mga itlog sa kawali, ikiling ito upang matiyak ang pantay na saklaw.
d) Hayaang maluto ang mga itlog ng ilang segundo hanggang sa magsimula silang maglagay sa paligid ng mga gilid.
e) Ikalat ang pinaghalong berry nang pantay-pantay sa kalahati ng omelet.
f) Ibuhos ang pulot sa ibabaw ng mga berry.
g) Gamit ang isang spatula, maingat na tiklupin ang kalahati ng omelet sa gilid ng mga berry at pulot.
h) Magluto ng isa pang minuto o hanggang sa ang omelet ay itakda at bahagyang ginintuang.
i) Ilipat ang omelet sa isang plato.
j) Ihain nang mainit.

52. Peach at Almond Omelet

MGA INGREDIENTS:
- 3 malalaking itlog
- 1 hinog na peach, hiniwa
- 2 kutsarang hiniwang almendras
- 1 kutsarang pulot
- 1 kutsarang mantikilya

MGA TAGUBILIN:
a) Hatiin ang mga itlog sa isang mangkok at haluin ang mga ito hanggang sa mahusay na pinalo.
b) Init ang mantikilya sa isang non-stick skillet sa katamtamang init hanggang matunaw.
c) Ibuhos ang pinalo na mga itlog sa kawali, ikiling ito upang matiyak ang pantay na saklaw.
d) Hayaang maluto ang mga itlog ng ilang segundo hanggang sa magsimula silang maglagay sa paligid ng mga gilid.
e) Ikalat ang hiniwang mga milokoton nang pantay-pantay sa kalahati ng omelet.
f) Budburan ang hiniwang almond sa ibabaw ng mga peach.
g) Ibuhos ang pulot sa ibabaw ng mga peach at almond.
h) Gamit ang isang spatula, maingat na tiklupin ang kalahati ng omelet sa ibabaw ng mga peach, almond, at honey side.
i) Magluto ng isa pang minuto o hanggang sa ang omelet ay itakda at bahagyang ginintuang.
j) Ilipat ang omelet sa isang plato.
k) Ihain nang mainit.

53. Tropical Fruit Omelet

MGA INGREDIENTS:
- 3 malalaking itlog
- 1/2 tasa ng diced tropikal na prutas (tulad ng pinya, mangga, at papaya)
- 2 kutsarang hinimay na niyog
- 1 kutsarang pulot
- 1 kutsarang mantikilya

MGA TAGUBILIN:

a) Hatiin ang mga itlog sa isang mangkok at haluin ang mga ito hanggang sa mahusay na pinalo.

b) Init ang mantikilya sa isang non-stick skillet sa katamtamang init hanggang matunaw.

c) Ibuhos ang pinalo na mga itlog sa kawali, ikiling ito upang matiyak ang pantay na saklaw.

d) Hayaang maluto ang mga itlog ng ilang segundo hanggang sa magsimula silang maglagay sa paligid ng mga gilid.

e) Ikalat ang mga diced tropikal na prutas nang pantay-pantay sa kalahati ng omelet.

f) Budburan ang ginutay-gutay na niyog sa mga prutas.

g) Magpahid ng pulot sa mga prutas at niyog.

h) Gamit ang isang spatula, maingat na itupi ang kalahati ng omelet sa gilid ng mga prutas, niyog, at pulot.

i) Magluto ng isa pang minuto o hanggang sa ang omelet ay itakda at bahagyang ginintuang.

j) Ilipat ang omelet sa isang plato.

k) Ihain nang mainit.

54. Saging at Walnut Omelet

MGA INGREDIENTS:
- 3 malalaking itlog
- 1 hinog na saging, hiniwa
- 2 kutsarang tinadtad na mga walnuts
- 1 kutsarang pulot
- 1 kutsarang mantikilya

MGA TAGUBILIN:
a) Sa isang mangkok, haluin ang mga itlog hanggang sa matalo.
b) Init ang mantikilya sa isang kawali sa katamtamang init.
c) Ibuhos ang pinalo na mga itlog sa kawali at lutuin ng mga 1-2 minuto o hanggang sa magsimulang matuyo ang mga gilid.
d) Ayusin ang hiniwang saging at tinadtad na walnut nang pantay-pantay sa kalahati ng omelet.
e) Ibuhos ang pulot sa ibabaw ng mga saging at walnut.
f) Gamit ang isang spatula, maingat na tiklupin ang kalahati ng omelet sa ibabaw ng pagpuno.
g) Magluto ng isa pang 1-2 minuto o hanggang maluto ang omelet.
h) I-slide ang omelet sa isang plato at ihain nang mainit.

55. Blueberry at Lemon Omelet

MGA INGREDIENTS:
- 3 malalaking itlog
- 1/2 tasa sariwang blueberries
- Sarap ng 1 lemon
- 1 kutsarang asukal
- 1 kutsarang mantikilya

MGA TAGUBILIN:

a) Hatiin ang mga itlog sa isang mangkok at haluin ang mga ito hanggang sa mahusay na pinalo.
b) Sa isang hiwalay na mangkok, ihagis ang mga blueberries na may lemon zest at asukal.
c) Init ang mantikilya sa isang non-stick skillet sa katamtamang init hanggang matunaw.
d) Ibuhos ang pinalo na mga itlog sa kawali at hayaang maluto ito ng humigit-kumulang 1 minuto o hanggang sa magsimulang matuyo ang mga gilid.
e) Ikalat ang pinaghalong blueberry nang pantay-pantay sa kalahati ng omelet.
f) Gamit ang isang spatula, maingat na itupi ang kalahati ng omelet sa ibabaw ng mga blueberry.
g) Magluto ng isa pang 1-2 minuto o hanggang sa maluto ang omelet at bahagyang lumambot ang blueberries.
h) Ilipat sa isang plato at ihain nang mainit.

56. Raspberry at Chocolate Omelet

MGA INGREDIENTS:
- 3 malalaking itlog
- 1/2 tasa ng sariwang raspberry
- 2 kutsarang chocolate chips
- 1 kutsarang asukal
- 1 kutsarang mantikilya

MGA TAGUBILIN:
a) Talunin ang mga itlog sa isang mangkok hanggang sa mahusay na pinalo.
b) Init ang mantikilya sa isang kawali sa katamtamang init.
c) Ibuhos ang pinalo na mga itlog sa kawali at lutuin ng mga 1-2 minuto o hanggang sa magsimulang matuyo ang mga gilid.
d) Iwiwisik ang mga raspberry at chocolate chips nang pantay-pantay sa kalahati ng omelet.
e) Budburan ng asukal ang mga berry at tsokolate.
f) Gamit ang isang spatula, maingat na tiklupin ang kalahati ng omelet sa ibabaw ng pagpuno.
g) Magluto ng isa pang 1-2 minuto o hanggang sa maluto ang omelet at bahagyang matunaw ang chocolate chips.
h) Ilipat sa isang plato at ihain nang mainit.

57. Pear at Ginger Omelet

MGA INGREDIENTS:
- 3 malalaking itlog
- 1 hinog na peras, hiniwa nang manipis
- 1 kutsarang gadgad na sariwang luya
- 1 kutsarang pulot
- 1 kutsarang mantikilya

MGA TAGUBILIN:
a) Talunin ang mga itlog sa isang mangkok hanggang sa halo-halong mabuti.
b) Init ang mantikilya sa isang kawali sa katamtamang init.
c) Ibuhos ang pinalo na mga itlog sa kawali at lutuin ng mga 1-2 minuto o hanggang sa magsimulang matuyo ang mga gilid.
d) Ayusin ang hiniwang peras nang pantay-pantay sa kalahati ng omelet.
e) Budburan ang gadgad na luya sa ibabaw ng mga peras.
f) Ibuhos ang pulot sa mga peras at luya.
g) Maingat na tiklupin ang kalahati ng omelet sa ibabaw ng mga peras.
h) Magluto ng isa pang 1-2 minuto o hanggang sa maluto ang omelet at bahagyang lumambot ang peras.
i) Ilipat sa isang plato at ihain nang mainit.

58. Mango at Coconut Omelet

MGA INGREDIENTS:
- 3 malalaking itlog
- 1 hinog na mangga, hiniwa
- 2 kutsarang hinimay na niyog
- 1 kutsarang pulot
- 1 kutsarang mantikilya

MGA TAGUBILIN:
a) Sa isang mangkok, haluin ang mga itlog hanggang sa matalo.
b) Init ang mantikilya sa isang kawali sa katamtamang init.
c) Ibuhos ang pinalo na mga itlog sa kawali at lutuin ng mga 1-2 minuto o hanggang sa magsimulang matuyo ang mga gilid.
d) Ayusin ang hiniwang mangga nang pantay-pantay sa kalahati ng omelet.
e) Budburan ang ginutay-gutay na niyog sa ibabaw ng mangga.
f) Magpahid ng pulot sa mangga at niyog.
g) Gamit ang isang spatula, maingat na tiklupin ang kalahati ng omelet sa ibabaw ng pagpuno.
h) Lutuin ng isa pang 1-2 minuto o hanggang sa maluto ang omelet at bahagyang lumambot ang mangga.
i) I-slide ang omelet sa isang plato at ihain nang mainit.

59. Pineapple at Mint Omelet

MGA INGREDIENTS:
- 3 malalaking itlog
- 1/2 tasa diced na pinya
- Mga sariwang dahon ng mint, tinadtad
- 1 kutsarang asukal
- 1 kutsarang mantikilya

MGA TAGUBILIN:

a) Hatiin ang mga itlog sa isang mangkok at haluin ang mga ito hanggang sa mahusay na pinalo.

b) Init ang mantikilya sa isang non-stick skillet sa katamtamang init hanggang matunaw.

c) Ibuhos ang pinalo na mga itlog sa kawali at hayaang maluto ito ng humigit-kumulang 1 minuto o hanggang sa magsimulang matuyo ang mga gilid.

d) Ikalat ang diced na pinya nang pantay-pantay sa kalahati ng omelet.

e) Budburan ang tinadtad na dahon ng mint sa ibabaw ng pinya.

f) Budburan ng asukal ang pinya at mint.

g) Gamit ang isang spatula, maingat na tiklupin ang kalahati ng omelet sa ibabaw ng pagpuno.

h) Magluto ng isa pang 1-2 minuto o hanggang sa maluto ang omelet at bahagyang lumambot ang pinya.

i) Ilipat sa isang plato at ihain nang mainit.

OMELETTE SANDWICH AND ROLLS

60. Mabilis na Bagel Omelet Sandwich

MGA INGREDIENTS:
- 1/4 tasa ng pinong tinadtad na sibuyas
- 1 kutsarang mantikilya
- 4 na itlog
- 1/4 tasa tinadtad na kamatis
- 1/8 kutsarita ng asin
- 1/8 kutsarita ng mainit na sarsa ng paminta
- 4 na hiwa ng Jones Canadian Bacon
- 4 na simpleng bagel, hatiin
- 4 na hiwa na pinrosesong American cheese

MGA TAGUBILIN:

a) Igisa ang sibuyas sa isang malaking kawali na may mantikilya hanggang malambot. Haluin ang sarsa ng paminta, asin, kamatis, at itlog. Ilipat ang pinaghalong itlog sa kawali. (Ang timpla ay dapat na itakda kaagad sa mga gilid.)

b) Habang nakatakda ang mga itlog, hayaang dumaloy ang hilaw na bahagi sa ilalim sa pamamagitan ng pagtulak sa mga nilutong gilid patungo sa gitna. Lutuin hanggang maluto ang mga itlog. Samantala, microwave bacon at kung ninanais, toast bagel.

c) Ilagay ang keso sa ilalim ng bagel. Hatiin ang Omelet sa ikaapat na bahagi.

d) Ihain kasama ang bacon sa mga bagel.

61. Korean Omelet Roll na may Seaweed

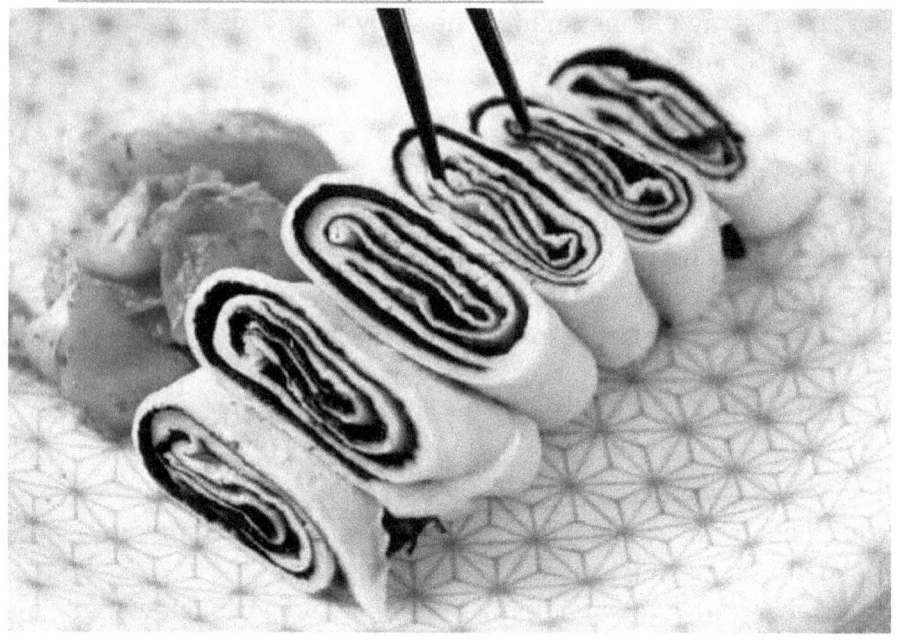

MGA INGREDIENTS:
- 3 malalaking itlog
- ¼ kutsarita ng kosher na asin
- 2 kutsarita ng avocado oil
- 2 roasted seaweed sheet

MGA TAGUBILIN:
a)   Sa isang likidong tasa o mangkok, haluin ang mga itlog at asin.
b)   Mag-init ng 12-pulgadang non-stick pan o well-seasoned cast iron o carbon steel pan sa katamtamang init. Kapag mainit na ang kawali, paikutin ang mantika.
c)   Ibuhos sa kalahati ang mga itlog at paikutin ang kawali hanggang sa mabuo ang isang manipis na layer.
d)   Kapag ang ibaba ay nakatakda at ang itaas ay basa pa, magdagdag ng isang piraso ng inihaw na damong-dagat.
e)   Simulan ang pag-roll up ng isang gilid ng itlog, pag-flip ng humigit-kumulang 2 pulgada, at ipagpatuloy ang pagtiklop nito hanggang sa maabot mo ang dulo. Itulak ang pinagsamang itlog sa gilid ng kawali.
f)   Ibuhos ang natitirang whisked egg sa kawali. I-tip ang kawali upang bumuo ng isang manipis na layer ng itlog na ganap na sumasakop sa ilalim.
g)   Kapag ang ibaba ay nakatakda at ang itaas ay basa pa, ilagay ang pangalawang piraso ng inihaw na damong-dagat sa itlog.
h)   I-roll up muli ang egg Omelet, simula sa dulo ng nilutong Egg Omelet hanggang sa maabot mo ang dulo ng kawali.
i)   Ilipat ang itlog sa isang cutting board at hiwain ito. Ihain kasama ang kimchi at magsaya.

62. Ham at Cheese Omelet Sandwich

MGA INGREDIENTS:
- 2 malalaking itlog
- 2 hiwa ng ham
- 2 hiwa ng keso (tulad ng cheddar o Swiss)
- Asin at paminta para lumasa
- Mantikilya o mayonesa
- Mga hiwa ng tinapay o isang sandwich roll

MGA TAGUBILIN:
a) Hatiin ang mga itlog sa isang mangkok at haluin ang mga ito hanggang sa mahusay na pinalo. Timplahan ng asin at paminta.
b) Mag-init ng non-stick skillet sa katamtamang init at matunaw ang kaunting mantikilya o magpainit ng kaunting mantika.
c) Ibuhos ang pinalo na mga itlog sa kawali at lutuin hanggang sa matuyo, baligtarin ng isang beses.
d) Ilagay ang nilutong Omelet sa isang slice ng tinapay o sandwich roll.
e) Ilagay ang mga hiwa ng ham at keso sa ibabaw ng omelet.
f) Ikalat ang mantikilya o mayonesa sa isa pang hiwa ng tinapay o sa kabilang kalahati ng roll.
g) Ilagay ito sa ibabaw ng pagpuno upang bumuo ng sandwich.
h) Opsyonal: Painitin ang sandwich sa isang panini press o grill hanggang sa matunaw ang keso at ma-toast ang tinapay.
i) Hatiin ang sandwich sa kalahati, kung ninanais, at ihain nang mainit.

63. Veggie Omelet Wrap

MGA INGREDIENTS:
- 3 malalaking itlog
- 1/4 tasa diced bell peppers
- 1/4 tasa diced sibuyas
- 1/4 tasa ng hiniwang mushroom
- Asin at paminta para lumasa
- Langis ng oliba
- Pambalot ng tortilla

MGA TAGUBILIN:
a) Hatiin ang mga itlog sa isang mangkok at haluin ang mga ito hanggang sa mahusay na pinalo. Timplahan ng asin at paminta.
b) Init ang isang bahagyang ambon ng langis ng oliba sa isang kawali sa katamtamang init.
c) Idagdag ang diced bell peppers, sibuyas, at hiniwang mushroom sa kawali at igisa hanggang malambot.
d) Ibuhos ang pinalo na mga itlog sa kawali at lutuin, dahan-dahang tiklupin at haluin hanggang ma-set.
e) Ilagay ang nilutong Omelet sa gitna ng tortilla wrap.
f) I-fold ang mga gilid ng tortilla sa ibabaw ng Omelet at igulong ito nang mahigpit.
g) Opsyonal: Painitin ang balot sa isang kawali o pindutin hanggang mainit at bahagyang malutong.
h) Hatiin ang pambalot sa kalahati, kung ninanais, at ihain.

64. Pinausukang Salmon Omelet Roll

MGA INGREDIENTS:
- 3 malalaking itlog
- 2 onsa ng pinausukang salmon
- 2 kutsarang cream cheese
- Mga sariwang sanga ng dill
- Asin at paminta para lumasa
- Mantikilya o mantika
- Nori sheets (seaweed sheets)

MGA TAGUBILIN:

a) Hatiin ang mga itlog sa isang mangkok at haluin ang mga ito hanggang sa mahusay na pinalo. Timplahan ng asin at paminta.

b) Mag-init ng kaunting mantikilya o mantika sa isang non-stick skillet sa katamtamang init.

c) Ibuhos ang pinalo na mga itlog sa kawali at lutuin hanggang sa matuyo, baligtarin ng isang beses.

d) Ikalat ang cream cheese nang pantay-pantay sa nilutong omelet.

e) Ilagay ang pinausukang mga hiwa ng salmon sa ibabaw ng cream cheese.

f) Maglagay ng sariwang dill sprigs sa isang gilid ng omelet.

g) I-roll up ang Omelet nang mahigpit, simula sa gilid na may dill.

h) Gupitin ang ginulong Omelet sa kasing laki ng mga piraso.

i) Kumuha ng isang sheet ng nori at ilagay ang isang piraso ng rolled Omelet sa itaas.

j) Pagulungin nang mahigpit ang nori sa paligid ng omelet.

k) Ulitin sa natitirang piraso ng Omelet at nori sheet.

l) Ihain ang pinausukang salmon Omelet roll bilang finger food o magaan na meryenda.

65. Spicy Sausage Omelet Sandwich

MGA INGREDIENTS:
- 3 malalaking itlog
- 2 maanghang na sausage, niluto at hiniwa
- 2 hiwa ng keso (tulad ng pepper jack o cheddar)
- Asin at paminta para lumasa
- Mantikilya o mayonesa
- Mga hiwa ng tinapay o isang sandwich roll

MGA TAGUBILIN:
a) Hatiin ang mga itlog sa isang mangkok at haluin ang mga ito hanggang sa mahusay na pinalo. Timplahan ng asin at paminta.
b) Mag-init ng non-stick skillet sa katamtamang init at matunaw ang kaunting mantikilya o magpainit ng kaunting mantika.
c) Ibuhos ang pinalo na mga itlog sa kawali at lutuin hanggang sa matuyo, baligtarin ng isang beses.
d) Ilagay ang nilutong Omelet sa isang slice ng tinapay o sandwich roll.
e) Ilagay ang hiniwang maanghang na sausage at keso sa ibabaw ng omelet.
f) Ikalat ang mantikilya o mayonesa sa isa pang hiwa ng tinapay o sa kabilang kalahati ng roll.
g) Ilagay ito sa ibabaw ng pagpuno upang bumuo ng sandwich.
h) Opsyonal: Painitin ang sandwich sa isang panini press o grill hanggang sa matunaw ang keso at ma-toast ang tinapay.
i) Hatiin ang sandwich sa kalahati, kung ninanais, at ihain nang mainit.

66. Mediterranean Omelet Wrap

MGA INGREDIENTS:
- 3 malalaking itlog
- 1/4 tasa diced tomatoes
- 1/4 tasa diced cucumber
- 1/4 tasa crumbled feta cheese
- 1 kutsarang tinadtad na sariwang perehil
- Asin at paminta para lumasa
- Langis ng oliba
- Pambalot ng tortilla

MGA TAGUBILIN:

a) Hatiin ang mga itlog sa isang mangkok at haluin ang mga ito hanggang sa mahusay na pinalo. Timplahan ng asin at paminta.

b) Init ang isang bahagyang ambon ng langis ng oliba sa isang kawali sa katamtamang init.

c) Idagdag sa kawali ang mga diced na kamatis at pipino at igisa hanggang bahagyang lumambot.

d) Ibuhos ang pinalo na mga itlog sa kawali at lutuin, dahan-dahang tiklupin at haluin hanggang ma-set.

e) Iwiwisik ang crumbled feta cheese at tinadtad na sariwang perehil sa ibabaw ng nilutong omelet.

f) Ilagay ang pinaghalong Omelet sa gitna ng isang tortilla wrap.

g) I-fold ang mga gilid ng tortilla sa ibabaw ng Omelet at igulong ito nang mahigpit.

h) Opsyonal: Painitin ang balot sa isang kawali o pindutin hanggang mainit at bahagyang malutong.

i) Hatiin ang pambalot sa kalahati, kung ninanais, at ihain.

FRITTATA

67. Flaxseed Frittata

MGA INGREDIENTS:
- 2 Kutsara ng Flaxseed
- 1 tasa ng plant-based na gatas
- 6 na onsa ng mga natirang inihaw na gulay na pinutol
- ½ tasa ng natirang nilutong butil
- 1-onsa na zucchini cheese
- 2 kutsarang langis ng niyog
- 1 kutsarang thyme, basil, at/o chives, tinadtad ng pinong
- Kosher na asin
- Bagong giniling na itim na paminta

MGA TAGUBILIN:
a) Sa isang kawali, init ang langis ng niyog.
b) Ihagis ang mga butil, zucchini cheese, at mga gulay na may flaxseed.
c) Idagdag ang plant-based milk at haluin nang dahan-dahan gamit ang spatula.
d) Timplahan ng asin at paminta ayon sa panlasa.
e) Magluto ng 45 segundo, o hanggang sa maitakda ang mga gilid.
f) Upang maluwag ang frittata, kalugin ang kawali.
g) Gamit ang isang malaking plato, takpan ang kawali at i-flip ang frittata dito.
h) Mag-init ng mas maraming mantika sa katamtamang init, umiikot upang mabalot ang lahat ng ibabaw.
i) I-slide pabalik ang frittata at lutuin ng isa pang 3-5 minuto, o hanggang sa ganap itong ma-set.

68. Ang zucchini blossom frittata

MGA INGREDIENTS:
- 2 kutsarang canola oil
- 2-3 cloves tinadtad na bawang
- ½ tasang tinadtad na sibuyas
- ¼ tasa tinadtad na pulang paminta
- 12 zucchini blossoms, hugasan at tuyo
- 1 kutsarang tinadtad na sariwang basil
- ½ kutsarang tinadtad na sariwang oregano
- 4 na itlog
- Asin at paminta

MGA TAGUBILIN:
a) Painitin muna ang oven sa 400 degrees F.
b) Sa isang ovenproof na kawali, init ang langis ng canola.
c) Idagdag ang bawang, sibuyas, at pulang paminta.
d) Igisa ng halos isang minuto.
e) Idagdag ang mga zucchini blossoms at lutuin, paminsan-minsang pagpapakilos, para sa mga sampung minuto hanggang sa sila ay bahagyang kayumanggi.
f) Idagdag ang basil at oregano. Haluing mabuti.
g) Sa isang mangkok, haluin ang mga itlog na may asin at paminta sa panlasa. Haluin sa mga gulay.
h) Ibaba ang apoy at lutuin hanggang sa maluto ang mga itlog. Ilagay ang kawali sa oven at maghurno hanggang maluto mga 15-20 minuto.
i) Hatiin sa mga wedges at ihain. Maaaring ihain sa mainit o temperatura ng silid.

69. Asparagus at Bacon Frittata

MGA INGREDIENTS:
- 1 bungkos ng asparagus
- 6 na hiwa ng bacon, niluto at gumuho
- 8 itlog
- 1/4 tasa ng gatas
- 1/2 tasa ginutay-gutay na cheddar cheese
- Asin at paminta para lumasa

MGA TAGUBILIN:

a) Painitin muna ang oven sa 375°F (190°C).

b) Gupitin ang matigas na dulo ng asparagus at gupitin ang mga ito sa 1 pulgadang piraso.

c) Sa isang kawali, igisa ang asparagus sa katamtamang init hanggang malambot, mga 5-6 minuto.

d) Sa isang mangkok, haluin ang mga itlog, gatas, asin, at paminta.

e) Haluin ang nilutong asparagus at durog na bacon.

f) Ibuhos ang timpla sa isang 9-inch na pie dish na may mantika at iwiwisik ang ginutay-gutay na cheddar cheese sa ibabaw.

g) Maghurno sa preheated oven sa loob ng 25-30 minuto o hanggang sa ang frittata ay itakda at bahagyang ginintuang sa ibabaw.

h) Alisin sa oven at hayaang lumamig ng ilang minuto bago hiwain at ihain.

70. Prosciutto at Tomato Frittata

MGA INGREDIENTS:
- 8 malalaking itlog
- 4 na hiwa ng prosciutto, tinadtad
- 1 tasa ng cherry tomatoes, hatiin
- ½ tasang ginutay-gutay na Gruyere cheese
- ¼ tasa tinadtad na sariwang perehil
- Asin at paminta para lumasa
- 2 kutsarang langis ng oliba

MGA TAGUBILIN:
a) Painitin muna ang iyong oven sa 375°F (190°C).
b) Sa isang mangkok, haluin ang mga itlog at timplahan ng asin at paminta.
c) Init ang langis ng oliba sa isang kawali na ligtas sa oven sa katamtamang init.
d) Idagdag ang tinadtad na prosciutto at cherry tomatoes sa kawali at lutuin ng ilang minuto hanggang lumambot ang mga kamatis.
e) Ibuhos ang pinalo na itlog sa prosciutto at mga kamatis sa kawali.
f) Iwiwisik ang ginutay-gutay na Gruyere cheese at tinadtad na perehil nang pantay-pantay sa ibabaw ng mga itlog.
g) Ilipat ang kawali sa preheated oven at maghurno ng humigit-kumulang 15 minuto o hanggang sa ma-set ang frittata at maging golden brown.
h) Alisin sa oven at hayaang lumamig nang bahagya bago hiwain.
i) Ihain nang mainit o sa temperatura ng kuwarto.

71. Lobster at Spinach Frittata

MGA INGREDIENTS:
- 1 lobster tail, niluto at diced
- 6 malalaking itlog
- 1 tasang sariwang dahon ng spinach
- ¼ tasang hiniwang sibuyas
- ¼ tasa ng diced red bell peppers
- ¼ tasa gadgad na Parmesan cheese
- Asin at paminta para lumasa
- Mga sariwang dahon ng basil para sa dekorasyon

MGA TAGUBILIN:

a) Painitin muna ang iyong oven sa 350°F (175°C).
b) Sa isang mangkok, haluin ang mga itlog at timplahan ng asin at paminta.
c) Mag-init ng oven-safe skillet sa katamtamang init at magdagdag ng kaunting mantika o mantikilya.
d) Igisa ang hiniwang sibuyas at pulang kampanilya hanggang sa lumambot.
e) Idagdag ang sariwang dahon ng spinach sa kawali at lutuin hanggang malanta.
f) Ibuhos ang pinalo na mga itlog sa kawali, na nagpapahintulot sa kanila na punan ang mga puwang sa pagitan ng mga gulay.
g) Idagdag ang diced lobster meat nang pantay-pantay sa buong frittata.
h) Budburan ang gadgad na Parmesan cheese sa ibabaw.
i) Ilipat ang kawali sa preheated oven at maghurno ng humigit-kumulang 15-20 minuto o hanggang sa ma-set ang frittata at matunaw ang keso at bahagyang browned.
j) Alisin sa oven at hayaang lumamig nang bahagya bago hiwain.
k) Palamutihan ng sariwang dahon ng basil at ihain nang mainit.

72. Patatas at Sibuyas Frittata

MGA INGREDIENTS:
- 2 hanggang 3 kutsarang langis ng oliba, hinati
- 1 dilaw na sibuyas, hiniwa ng manipis
- ¼ tasa ng lutong ham, diced
- 1 tasang patatas, binalatan, niluto, at hiniwa
- 4 na itlog, pinalo
- ⅓ tasang ginutay-gutay na Parmesan cheese
- asin sa panlasa

MGA TAGUBILIN:

a) Init ang 2 kutsarang mantika sa katamtamang init sa isang non-stick na kawali. Magdagdag ng sibuyas; lutuin at haluin ng 2 hanggang 3 minuto.

b) Magdagdag ng ham at patatas. Lutuin hanggang ang sibuyas at patatas ay bahagyang ginintuang. Gamit ang isang slotted na kutsara, alisin ang pinaghalong sa isang mangkok; medyo lumamig. Paghaluin ang mga itlog, keso, at asin sa pinaghalong sibuyas.

c) Ibalik ang kawali sa katamtamang init; idagdag ang natitirang langis, kung kinakailangan.

d) Kapag mainit na ang kawali, ilagay ang pinaghalong sibuyas. Magluto hanggang ang frittata ay maging ginintuang sa ibaba at ang itaas ay magsisimulang magtakda ng mga 4 hanggang 5 minuto.

e) Maglagay ng plato sa ibabaw ng kawali at maingat na baligtarin ang frittata sa plato.

f) I-slide ang frittata pabalik sa kawali. Lutuin hanggang ang ibaba ay bahagyang ginintuang, 2 hanggang 3 minuto.

g) Gupitin sa mga wedges; ihain nang mainit o sa temperatura ng silid.

73. Alimango, Mais at Paminta Frittata

MGA INGREDIENTS:
- 6 na itlog, pinalo
- ⅓ tasang mais
- ⅓ tasa ng mayonesa
- ¼ tasa ng gatas
- 2 kutsarang berdeng sibuyas, tinadtad
- 2 kutsarang pulang paminta, tinadtad
- Asin at paminta para lumasa
- 1 tasang karne ng alimango, natuklap
- 1 tasang ginutay-gutay na Monterey Jack cheese
- Palamuti: tinadtad na berdeng mga sibuyas

MGA TAGUBILIN:

a) Pagsamahin ang mga itlog, mais, mayonesa, gatas, sibuyas, pulang paminta, at asin at paminta ayon sa panlasa. Dahan-dahang ihalo ang crabmeat.

b) Ibuhos sa isang 10" pie plate na may mantika.

c) Maghurno sa 350 degrees sa loob ng 15 hanggang 20 minuto. Budburan ng keso at maghurno ng 5 minuto pa, o hanggang matunaw ang keso.

d) Palamutihan ng berdeng sibuyas.

74. Ravioli at Veggie Frittata

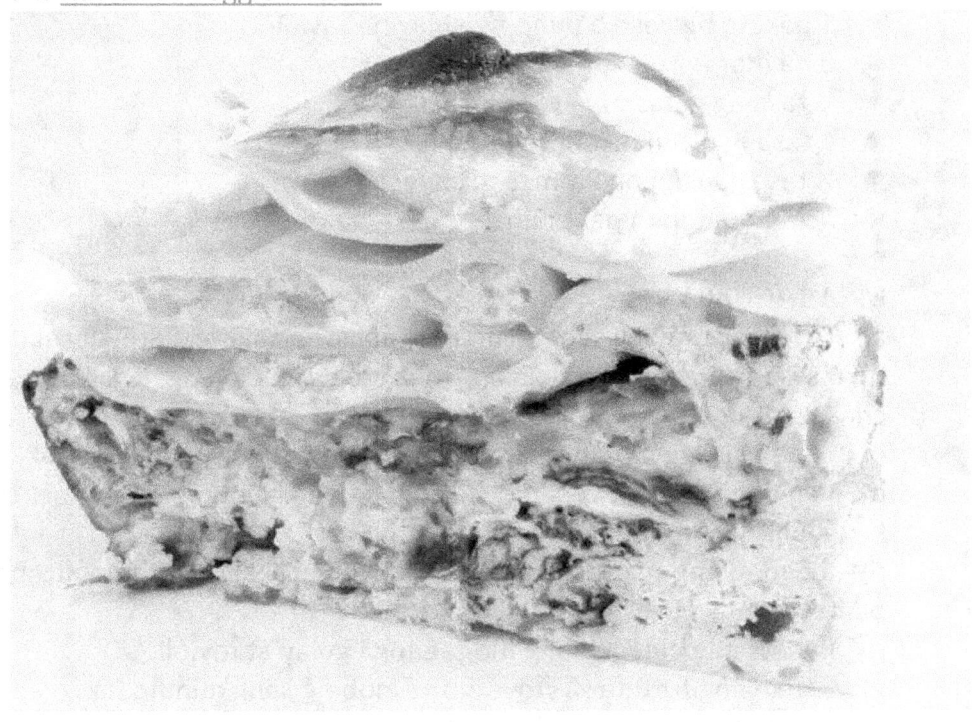

MGA INGREDIENTS:
- 1 pakete ng keso o puno ng gulay na ravioli
- 6 na itlog
- ¼ tasa ng gatas
- 1 tasang diced mixed vegetables
- ¼ tasa gadgad na Parmesan cheese
- Asin at paminta para lumasa

MGA TAGUBILIN:

a) Lutuin ang ravioli ayon sa mga tagubilin sa pakete. Patuyuin at itabi.

b) Sa isang mangkok, haluin ang mga itlog, gatas, gadgad na Parmesan cheese, asin, at paminta.

c) Init ang isang kawali sa katamtamang init at bahagyang mantika ito.

d) Idagdag sa kawali ang hiniwang pinaghalong gulay at igisa hanggang sa lumambot.

e) Idagdag ang nilutong ravioli sa kawali at ikalat ang mga ito nang pantay-pantay.

f) Ibuhos ang pinaghalong itlog sa mga gulay at ravioli.

g) Lutuin ang frittata sa stovetop sa loob ng ilang minuto hanggang sa magsimulang matuyo ang mga gilid.

h) Ilipat ang kawali sa isang preheated oven at maghurno sa 350°F (175°C) sa loob ng mga 15-20 minuto o hanggang sa maluto ang frittata at maging ginintuang ibabaw.

i) Alisin sa oven at hayaang lumamig nang bahagya bago hiwain.

j) Ihain ang ravioli at veggie frittata nang mainit o sa temperatura ng kuwarto.

75. Pinatuyo sa araw na Tomato at Feta Cheese Frittata

MGA INGREDIENTS:
- 6 na itlog
- ¼ tasang durog na feta cheese
- 2 tbsp tinadtad na sun-dried na kamatis
- ¼ tasa tinadtad na sariwang perehil
- Asin at paminta para lumasa

MGA TAGUBILIN:
a) Painitin muna ang oven sa 375°F.
b) Sa isang mangkok, haluin ang mga itlog na may asin, paminta, at perehil.
c) Haluin ang feta cheese at sun-dried tomatoes.
d) Magpainit ng 10-pulgadang oven-safe na kawali sa katamtamang init.
e) Ibuhos ang pinaghalong itlog sa kawali at lutuin ng 5 minuto.
f) Ilipat ang kawali sa oven at maghurno ng 10-15 minuto, hanggang sa maitakda ang frittata.

76. Kamatis na pinatuyo sa araw at Ham Frittata

MGA INGREDIENTS:
- 6 na itlog
- ½ tasang tinadtad na kamatis na pinatuyong araw
- ½ tasang diced ham
- ¼ tasa tinadtad na sariwang basil
- Asin at paminta para lumasa

MGA TAGUBILIN:
a) Painitin muna ang oven sa 350°F (175°C).
b) Sa isang malaking mangkok, haluin ang mga itlog, asin, at paminta.
c) Haluin ang mga kamatis na pinatuyong araw, ham, at basil.
d) Ibuhos ang timpla sa isang greased na 9-inch (23 cm) na pie dish.
e) Maghurno sa loob ng 20-25 minuto o hanggang sa maluto ang mga itlog at maging golden brown ang ibabaw.
f) Hayaang lumamig ng ilang minuto bago hiwain at ihain.

77. Pinatuyo sa araw na Tomato at Mushroom Frittata

MGA INGREDIENTS:
- 6 na itlog
- ½ tasang tinadtad na kamatis na pinatuyong araw
- ½ tasang hiniwang mushroom
- ¼ tasa tinadtad na sariwang perehil
- Asin at paminta para lumasa

MGA TAGUBILIN:
a) Painitin muna ang oven sa 350°F (175°C).
b) Sa isang malaking mangkok, haluin ang mga itlog, asin, at paminta.
c) Haluin ang pinatuyong araw na mga kamatis, mushroom, at perehil.
d) Ibuhos ang timpla sa isang greased na 9-inch (23 cm) na pie dish.
e) Maghurno sa loob ng 20-25 minuto o hanggang sa maluto ang mga itlog at maging golden brown ang ibabaw.
f) Hayaang lumamig ng ilang minuto bago hiwain at ihain.

78. Mac at Cheese Breakfast Frittata

MGA INGREDIENTS:
- 1 libra na nilutong macaroni
- 8 malalaking itlog, pinalo
- ½ tasang gatas
- Asin at paminta para lumasa
- ¼ tasa ng ginutay-gutay na cheddar cheese
- ¼ tasa tinadtad na berdeng sibuyas

MGA TAGUBILIN:
a) Painitin muna ang oven sa 375°F.
b) Sa isang malaking mangkok, haluin ang pinalo na itlog, gatas, asin, at paminta.
c) Idagdag ang nilutong macaroni, ginutay-gutay na cheddar cheese, at tinadtad na berdeng sibuyas sa mangkok at pukawin upang pagsamahin.
d) Ibuhos ang pinaghalong sa isang greased 9-inch pie dish.
e) Maghurno para sa 25-30 minuto, o hanggang sa ang frittata ay itakda at ginintuang kayumanggi.
f) Hayaang lumamig ng ilang minuto ang frittata bago hiwain at ihain.

79. Ricotta at Spinach Frittata

MGA INGREDIENTS:
- 6 malalaking itlog
- ½ tasa ng ricotta cheese
- ½ tasa tinadtad na sariwang spinach
- ¼ tasa gadgad na Parmesan cheese
- ¼ kutsarita ng asin
- ¼ kutsarita ng itim na paminta
- 1 kutsarang langis ng oliba

MGA TAGUBILIN:
a) Painitin muna ang broiler.
b) Sa isang malaking mangkok, haluin ang mga itlog, ricotta, spinach, Parmesan cheese, asin, at paminta.
c) Init ang langis ng oliba sa isang 10-pulgada na ovenproof na kawali sa katamtamang init.
d) Idagdag ang pinaghalong itlog sa kawali at lutuin, paminsan-minsang pagpapakilos, hanggang sa ang ibaba ay itakda at ang itaas ay bahagyang matunaw, mga 5-7 minuto.
e) Ilagay ang kawali sa ilalim ng broiler at lutuin hanggang ang tuktok ay maging golden brown at ang mga itlog ay itakda, mga 2-3 minuto.
f) Hayaang lumamig ang frittata ng ilang minuto, pagkatapos ay hiwain at ihain nang mainit o sa temperatura ng kuwarto.

80. Chorizo, Meatball, at Moringa Frittata

MGA INGREDIENTS:
- 4 na itlog
- 1/4 tasa ng gatas
- pulang paminta flakes
- asin at paminta
- 2 maliit na tangkay ng dahon ng Moringa
- 1 kutsarang langis ng oliba
- 8 bola-bola, quartered
- 4 na chorizo, hiniwa sa 1/2-pulgada na piraso
- 1/8 tasa ng frozen green peas

MGA TAGUBILIN:
a) Painitin muna ang oven sa 160 C.
b) Alisin ang dahon ng Moringa sa mga tangkay at hugasan sa ilalim ng tubig na umaagos.
c) Siguraduhing tanggalin ang mga dahon sa tangkay
d) Hatiin ang mga itlog sa isang mangkok. Idagdag ang gatas. Talunin hanggang ang lahat ay maisama nang mabuti. Timplahan ng asin, paminta, at red pepper flakes.
e) Init ang langis ng oliba sa isang kawali sa katamtamang init. Idagdag ang chorizo at iprito hanggang sa bahagyang kayumanggi at maging taba.
f) Idagdag ang meatballs at green peas. Haluin upang isama ang lahat nang sama-sama.
g) Ibuhos ang pinaghalong itlog-gatas sa kawali. Budburan ng dahon ng Moringa.
h) Kapag ang mga gilid ng omelet ay nagsimulang itakda, alisin mula sa init at ilagay ito sa oven. Hayaang magluto ng 10 - 13 minuto, o hanggang sa maluto ang frittata.
i) Alisin sa oven at ihain kaagad.

81. Patatas Saffron Frittata

MGA INGREDIENTS:
- ½ katamtamang pulang sibuyas, pinong tinadtad
- 1 katamtamang Russet na patatas, pinong tinadtad
- 8 malalaking organikong itlog
- ⅓ tasa ng gadgad na Parmesan cheese
- ⅛ kutsarita ng safron
- sea salt at black pepper sa panlasa
- 4 na kutsarang extra virgin olive oil

MGA TAGUBILIN:
a) Init ang mantika sa katamtamang kawali sa katamtamang init sa loob ng 1-2 minuto. Pinong tumaga ang mga sibuyas at patatas pagkatapos ay idagdag sa kawali at igisa sa medium-low para sa mga 8 minuto o hanggang sa ang mga sibuyas ay translucent at ang patatas ay malambot na tinidor.
b) Talunin ang mga itlog na may Parmesan at saffron sa isang medium size na mangkok pagkatapos ay idagdag sa kawali. Magluto ng humigit-kumulang 5 minuto, patuloy na pagpapakilos upang mag-scramble. Alisin ang mga itlog mula sa kawali at itabi sa isang medium bowl.
c) Ibalik ang kawali sa burner at magdagdag ng isa pang 1-2 tbs. ng langis ng oliba. Taasan ang temperatura sa medium-high at init ang mantika sa loob ng 1 minuto.
d) Ibalik ang mga itlog sa kawali, bubuo ng patty na may spatula habang nagluluto, nanginginig ng malumanay ang kawali upang hindi dumikit at madiin ang mga itlog upang matiyak na pare-pareho ang frittata.
e) Magluto ng halos 2 minuto pagkatapos ay takpan ang kawali gamit ang isang malaking flat plate. Hawakan ang hawakan ng kawali at pindutin ang gitna ng plato gamit ang iyong kabilang kamay pagkatapos ay i-flip ang frittata sa plato.
f) I-slide ang frittata pabalik sa kawali at magluto ng isa pang 2 minuto sa kabilang panig.
g) Itabi upang palamig ng ilang minuto pagkatapos ay gupitin sa nais na mga piraso.

82. Bacon at Patatas Frittata

MGA INGREDIENTS:
- 6 malalaking itlog
- 1 tasang niluto at durog na bacon
- 1 tasang tinadtad na patatas, niluto
- 1/4 tasa diced sibuyas
- Asin at paminta para lumasa
- 1 kutsarang langis ng oliba

MGA TAGUBILIN:

a) Painitin muna ang iyong oven sa 375°F (190°C).
b) Talunin ang mga itlog sa isang mangkok hanggang sa halo-halong mabuti. Timplahan ng asin at paminta.
c) Init ang langis ng oliba sa isang kawali na ligtas sa oven sa katamtamang init.
d) Magdagdag ng tinadtad na sibuyas sa kawali at igisa hanggang sa maging transparent.
e) Magdagdag ng diced na patatas sa kawali at lutuin hanggang sa bahagyang browned.
f) Ibuhos ang pinalo na itlog sa mga patatas at sibuyas.
g) Iwiwisik nang pantay-pantay ang durog na bacon sa ibabaw ng mga itlog.
h) Magluto sa stovetop ng mga 3-4 minuto o hanggang sa magsimulang matuyo ang mga gilid.
i) Ilipat ang kawali sa preheated oven at maghurno sa loob ng 12-15 minuto o hanggang sa ma-set ang frittata at maging golden brown.
j) Alisin mula sa oven, hayaan itong lumamig ng ilang minuto, at pagkatapos ay hiwain at ihain.

83. Kamatis at Basil Frittata

MGA INGREDIENTS:
- 6 malalaking itlog
- 1 tasa ng cherry tomatoes, hatiin
- 1/4 tasa tinadtad na sariwang basil
- Asin at paminta para lumasa
- 1 kutsarang langis ng oliba

MGA TAGUBILIN:

a) Painitin muna ang iyong oven sa 375°F (190°C).
b) Talunin ang mga itlog sa isang mangkok hanggang sa mahusay na pinalo. Timplahan ng asin at paminta.
c) Init ang langis ng oliba sa isang kawali na ligtas sa oven sa katamtamang init.
d) Magdagdag ng cherry tomatoes sa kawali at igisa hanggang bahagyang lumambot.
e) Ibuhos ang pinalo na itlog sa ibabaw ng mga kamatis.
f) Iwiwisik ang tinadtad na basil nang pantay-pantay sa mga itlog.
g) Magluto sa stovetop ng mga 3-4 minuto o hanggang sa magsimulang matuyo ang mga gilid.
h) Ilipat ang kawali sa preheated oven at maghurno ng 12-15 minuto o hanggang sa ma-set ang frittata at medyo browned.
i) Alisin mula sa oven, hayaan itong lumamig ng ilang minuto, at pagkatapos ay hiwain at ihain.

84. Ham at Keso Frittata

MGA INGREDIENTS:
- 6 malalaking itlog
- 1 tasang diced ham
- 1/2 tasa ginutay-gutay na cheddar cheese
- 1/4 tasa diced sibuyas
- Asin at paminta para lumasa
- 1 kutsarang mantikilya

MGA TAGUBILIN:

a) Painitin muna ang iyong oven sa 375°F (190°C).
b) Talunin ang mga itlog sa isang mangkok hanggang sa halo-halong mabuti. Timplahan ng asin at paminta.
c) Init ang mantikilya sa isang oven-safe na kawali sa katamtamang init.
d) Magdagdag ng tinadtad na sibuyas sa kawali at igisa hanggang sa maging transparent.
e) Magdagdag ng diced ham sa kawali at lutuin hanggang sa bahagyang browned.
f) Ibuhos ang pinalo na itlog sa ham at sibuyas.
g) Iwiwisik nang pantay-pantay ang tinadtad na cheddar cheese sa ibabaw ng mga itlog.
h) Magluto sa stovetop ng mga 3-4 minuto o hanggang sa magsimulang matuyo ang mga gilid.
i) Ilipat ang kawali sa preheated oven at maghurno sa loob ng 12-15 minuto o hanggang sa ma-set ang frittata at maging golden brown.
j) Alisin mula sa oven, hayaan itong lumamig ng ilang minuto, at pagkatapos ay hiwain at ihain.

QUICHE

85. Tomato at Bacon Quiche na pinatuyo sa araw

MGA INGREDIENTS:
- 1 pre-made na pie crust
- 6 na itlog
- 1 tasang gatas
- ½ tasang tinadtad na lutong bacon
- ¼ tasa tinadtad na mga kamatis na pinatuyong araw
- ¼ tasa gadgad na Parmesan cheese
- Asin at paminta para lumasa

MGA TAGUBILIN:
a) Painitin muna ang oven sa 375°F.
b) Ilagay ang pie crust sa isang 9-inch na pie dish at itusok ang ilalim ng tinidor.
c) Sa isang mangkok, haluin ang mga itlog na may gatas, asin, at paminta.
d) Haluin ang bacon, sun-dried tomatoes, at Parmesan cheese.
e) Ibuhos ang pinaghalong itlog sa pie crust.
f) Maghurno ng 40-45 minuto, hanggang sa maitakda ang quiche.

86. Asparagus at blue cheese quiche

MGA INGREDIENTS:
- 1 pre-made pie crust (binili sa tindahan o gawang bahay)
- 1 bungkos ng asparagus, pinutol
- 1 kutsarang langis ng oliba
- 1 maliit na sibuyas, diced
- 4 malalaking itlog
- 1 tasang mabigat na cream
- 1/2 tasa crumbled blue cheese
- Asin at paminta para lumasa
- Opsyonal na palamuti: sariwang dahon ng thyme

MGA TAGUBILIN:

a) Painitin muna ang oven sa 375°F (190°C) at ilagay ang pie crust sa isang pie dish.

b) I-blind bake ang pie crust sa pamamagitan ng paglalagay nito ng parchment paper at pagpuno dito ng pie weights o dried beans. Maghurno ng mga 10 minuto, pagkatapos ay alisin ang mga timbang at papel na parchment at maghurno ng karagdagang 5 minuto hanggang sa bahagyang ginintuang. Itabi.

c) Sa isang kawali, init ang langis ng oliba sa katamtamang init. Idagdag ang tinadtad na sibuyas at igisa hanggang lumambot at maging transparent.

d) Samantala, pakuluan ang isang palayok ng tubig na inasnan. Idagdag ang trimmed asparagus at blanch para sa mga 2-3 minuto hanggang bahagyang lumambot. Alisan ng tubig ang asparagus at banlawan ng malamig na tubig upang ihinto ang proseso ng pagluluto. Gupitin ang asparagus sa mga piraso na kasing laki ng kagat.

e) Sa isang mangkok ng paghahalo, haluin ang mga itlog at mabigat na cream hanggang sa maayos na pinagsama. Timplahan ng asin at paminta.

f) Iwiwisik nang pantay-pantay ang crumbled blue cheese sa pre-baked pie crust.

g) Ikalat ang mga ginisang sibuyas at piraso ng asparagus sa ibabaw ng asul na keso.

h) Ibuhos ang pinaghalong itlog at cream sa ibabaw ng pagpuno, tiyaking sakop nito ang mga sangkap nang pantay-pantay.

i) Opsyonal: Pagwiwisik ng sariwang dahon ng thyme sa ibabaw ng quiche para sa karagdagang lasa.

j) Ilagay ang quiche sa isang baking sheet at maghurno sa preheated oven para sa mga 30-35 minuto, o hanggang sa maitakda ang pagpuno at ang tuktok ay ginintuang kayumanggi.

k) Alisin sa oven at hayaang lumamig ang quiche ng ilang minuto bago hiwain at ihain.

l) Tangkilikin ang masarap na kumbinasyon ng asparagus at asul na keso sa masarap na quiche na ito, mainit man o sa temperatura ng kuwarto.

87. Prosciutto at Mushroom Quiche

MGA INGREDIENTS:
- 1 pre-made na pie crust
- 6 malalaking itlog
- 1 tasang hiniwang mushroom
- 4 na hiwa ng prosciutto, tinadtad
- 1 tasang ginutay-gutay na Swiss cheese
- ½ tasang gatas
- ¼ tasa tinadtad na sariwang chives
- Asin at paminta para lumasa

MGA TAGUBILIN:
a) Painitin muna ang iyong oven sa 375°F (190°C).
b) Ilagay ang pre-made pie crust sa isang 9-inch na pie dish at itabi.
c) Sa isang kawali, igisa ang hiniwang mushroom hanggang sa lumambot at sumingaw ang anumang likido.
d) Sa isang mangkok, haluin ang mga itlog kasama ng gatas, asin, at paminta.
e) Ikalat ang mga sautéed mushroom nang pantay-pantay sa ibabaw ng pie crust.
f) Iwiwisik ang tinadtad na prosciutto at ginutay-gutay na Swiss cheese sa ibabaw ng mga mushroom.
g) Ibuhos ang pinaghalong itlog sa ibabaw ng pagpuno sa pie crust.
h) Budburan ang tinadtad na chives sa itaas.
i) Ilagay ang quiche sa preheated oven at maghurno ng humigit-kumulang 30-35 minuto hanggang sa maitakda ang pagpuno at ang tuktok ay ginintuang kayumanggi.
j) Alisin sa oven at hayaang lumamig ng ilang minuto bago hiwain.
k) Ihain nang mainit o sa temperatura ng kuwarto.

88. Bisquick Quiche

MGA INGREDIENTS:
- 2 tasang Bisquick mix
- ½ tasang gatas
- 4 na itlog
- 1 tasang ginutay-gutay na cheddar cheese
- 1 tasang tinadtad na gulay (tulad ng spinach, mushroom, at bell peppers)
- ½ tasang lutong bacon o ham, tinadtad
- Asin at paminta para lumasa

MGA TAGUBILIN:

a) Painitin muna ang oven sa 375°F (190°C) at lagyan ng mantika ang isang pie dish.
b) Sa isang mixing bowl, pagsamahin ang Bisquick mix, gatas, at mga itlog para maging quiche crust.
c) Ikalat ang pinaghalong crust nang pantay-pantay sa ilalim at gilid ng greased pie dish.
d) Sa isa pang mangkok, paghaluin ang ginutay-gutay na keso, tinadtad na gulay, lutong bacon o ham, asin, at paminta.
e) Ibuhos ang timpla sa pie crust.
f) Maghurno ng 30-35 minuto o hanggang sa maitakda ang gitna at maging golden brown ang crust.
g) Hayaang lumamig ang quiche ng ilang minuto bago hiwain at ihain.

89. Sariwang-sasaka na Spinach Quiche

MGA INGREDIENTS:
- 8 hiwa ng bacon, malutong na niluto, gumuho, at hinati
- 9-inch frozen pie crust lasaw
- 2 tasang ginutay-gutay na Monterey Jack cheese
- 10-onsa na pakete ng frozen na tinadtad na spinach, lasaw at pinatuyo
- 1½ tasa ng gatas
- 3 itlog, pinalo
- 1 kutsarang all-purpose flour

MGA TAGUBILIN:

a) Budburan ang kalahati ng crumbled bacon sa ilalim ng pie crust. Paghaluin ang keso, spinach, gatas, itlog, at harina. Ibuhos sa ibabaw ng crust.

b) Budburan ang natitirang crumbled bacon sa ibabaw.

c) Maghurno sa 350 degrees sa loob ng isang oras, o hanggang sa maitakda ang gitna.

90. Apple cinnamon quiche

MGA INGREDIENTS:
- 1 mansanas; maasim, ginutay-gutay
- 2 kutsarang Mantikilya
- 7 ounces ng Cheddar cheese; ginutay-gutay
- 1 10-pulgada na pie crust; gawang bahay
- 1 kutsarang Asukal
- ¼ kutsarita ng kanela
- 3 malalaking Itlog
- 1½ tasang Whipping cream

MGA TAGUBILIN:
a) Painitin ang hurno sa 375 degrees F.
b) Igisa ang mansanas sa loob ng 5 minuto sa mantikilya.
c) Pagsamahin ang keso at ilagay sa pie shell. Pagsamahin ang asukal at kanela at iwiwisik ang mansanas at keso. Sa isang mangkok, bahagyang haluin ang mga itlog at whipping cream, at ibuhos ang mansanas at keso.
d) Maghurno ng 35 minuto o hanggang sa itakda.

91. Cornflake Crusted Breakfast Quiche

MGA INGREDIENTS:
- 1 pinalamig na pie crust
- 1 tasang durog na cornflakes
- 1 tasa ng lutong almusal na sausage, gumuho
- 1 tasang ginutay-gutay na cheddar cheese
- 4 malalaking itlog
- 1 tasang gatas
- ½ kutsarita ng asin
- ¼ kutsarita ng itim na paminta
- ¼ kutsarita ng pulbos ng bawang
- ¼ kutsarita ng paprika

MGA TAGUBILIN:

a) Painitin muna ang iyong oven sa 375°F (190°C). Pindutin ang pie crust sa isang 9-inch na pie dish.

b) Ikalat ang durog na cornflakes nang pantay-pantay sa ilalim ng pie crust.

c) Iwiwisik ang crumbled breakfast sausage at ginutay-gutay na cheddar cheese sa ibabaw ng cornflakes.

d) Sa isang mangkok ng paghahalo, haluin ang mga itlog, gatas, asin, itim na paminta, pulbos ng bawang, at paprika.

e) Ibuhos ang pinaghalong itlog sa ibabaw ng sausage at keso sa pie crust.

f) Maghurno ng 35-40 minuto o hanggang sa ma-set ang quiche at maging golden brown ang tuktok.

g) Alisin sa oven at hayaang lumamig ng ilang minuto bago hiwain at ihain.

92. Ham Collards Quiche

MGA INGREDIENTS:
- 1 sheet na pinalamig na pie pastry
- 2 tasang ginutay-gutay na Colby-Monterey Jack cheese, hinati
- ¾ tasa cubed ganap na lutong ham
- 2 kutsarang langis ng oliba
- 1 tasa ng frozen na tinadtad na collard greens, lasaw at pinatuyo
- 1 maliit na sibuyas, tinadtad
- 1 sibuyas ng bawang, tinadtad
- ¼ kutsarita ng asin
- ¼ kutsarita ng paminta
- 6 malalaking itlog
- 1 tasa 2% ng gatas

MGA TAGUBILIN:

a) Itakda ang oven sa 375 ° at simulan ang preheating. I-unroll ang pastry sheet sa isang 9-inch na pie plate; kurutin ang gilid. Iwiwisik sa ilalim ng pastry-lined pie plate na may isang tasa ng keso. Ikalat ang ham.

b) Init ang mantika sa isang malaking kawali sa medium-high heat. Ilagay sa sibuyas at collard greens; lutuin habang hinahalo hanggang lumambot ang sibuyas, mga 5 hanggang 7 minuto.

c) Ilagay sa bawang, at lutuin ng 1 minuto. Ihalo sa paminta at asin. Layer ham na may mga gulay.

d) Talunin ang gatas at itlog nang magkasama sa isang malaking mangkok hanggang sa pinagsama.

e) Ilipat sa itaas. Ikalat ang natitirang keso.

f) Maghurno ng 35 hanggang 40 minuto sa mas mababang oven rack hanggang sa malinis na lumabas ang kutsilyong idinagdag sa gitna. Hayaang umupo ng 10 minuto bago mo simulan ang pagputol. Opsyon sa pag-freeze: I-freeze ang hindi pa nilulutong quiche na may takip.

g) Upang gamitin, alisin sa freezer kalahating oras bago mag-bake (huwag mag-defrost). Itakda ang oven sa 375 ° at simulan ang preheating. Lagyan ng quiche ang a

h) baking sheet. Maghurno gaya ng itinuro, itakda ang oras sa 50 minuto hanggang isang oras.

93. Quiche Lorraine

MGA INGREDIENTS:
- 1½ tasa (6 onsa) gadgad na Swiss cheese
- 8 hiwa ng bacon o ham, niluto at gumuho
- 3 itlog
- 1 tasang mabigat na cream
- ½ tasang gatas
- ¼ kutsarita ng paminta
- 1 pre-made na frozen na pie crust

MGA TAGUBILIN:
a) Budburan ng keso at bacon/ham sa pastry-lined pie crust.
b) Talunin ang natitirang mga sangkap at ibuhos ang keso at ham.
c) Maghurno sa 375 degrees sa loob ng 45 minuto.

94. Inihaw na gulay quiche

MGA INGREDIENTS:
- 1 Handa nang pie crust
- 3 Itlog
- 1 tasang Banayad na cream
- ½ tasa ng makapal na cream
- ½ kutsarita ng Asin
- ½ kutsarita ng Paminta
- ¼ kutsarita ng Cayenne pepper
- ¼ kutsarita ng Nutmeg
- 6 ounces Gruyere cheese; gadgad
- 1½ tasa Inihaw na gulay

MGA TAGUBILIN:

a) Maglagay ng 4 na onsa ng keso at inihaw na gulay sa hindi pa nilulutong crust at ilagay sa isang baking sheet, pagkatapos ay itaas ang natitirang keso.
b) Paghaluin ang natitirang mga sangkap maliban sa keso.
c) Ibuhos ang mga gulay at keso at iwiwisik ang natitirang keso.
d) Mag-ihaw ng 35 hanggang 45 minuto, malayo sa direktang init, hanggang sa puffed at golden brown ang quiche.

95. Tofu at Broccoli Quiche

MGA INGREDIENTS:
- 2 kutsarang Langis ng niyog
- 1 sibuyas, tinadtad
- 1 sibuyas ng bawang, tinadtad
- 2 tasang sariwang broccoli, tinadtad
- 1 pie crust
- 1 tasang silken tofu
- ½ tasa Plant-based Cannabis Milk
- Asin at paminta para lumasa

MGA TAGUBILIN:
a) Painitin muna ang oven sa 350 degrees Fahrenheit.
b) Init ang langis ng niyog sa isang kasirola.
c) Ihagis ang broccoli, sibuyas, at bawang.
d) Haluin paminsan-minsan ang mga gulay hanggang sa lumambot.
e) Ilagay ang drained tofu at Cannabis Plant-based Milk sa food processor at pulso
f) Sandok ang mga nilutong gulay at tofu na pinaghalong CannaMilk sa hindi pa nilulutong pie crust.
g) Maghurno ng 30 minuto.

96. Spinach at Mushroom Quiche

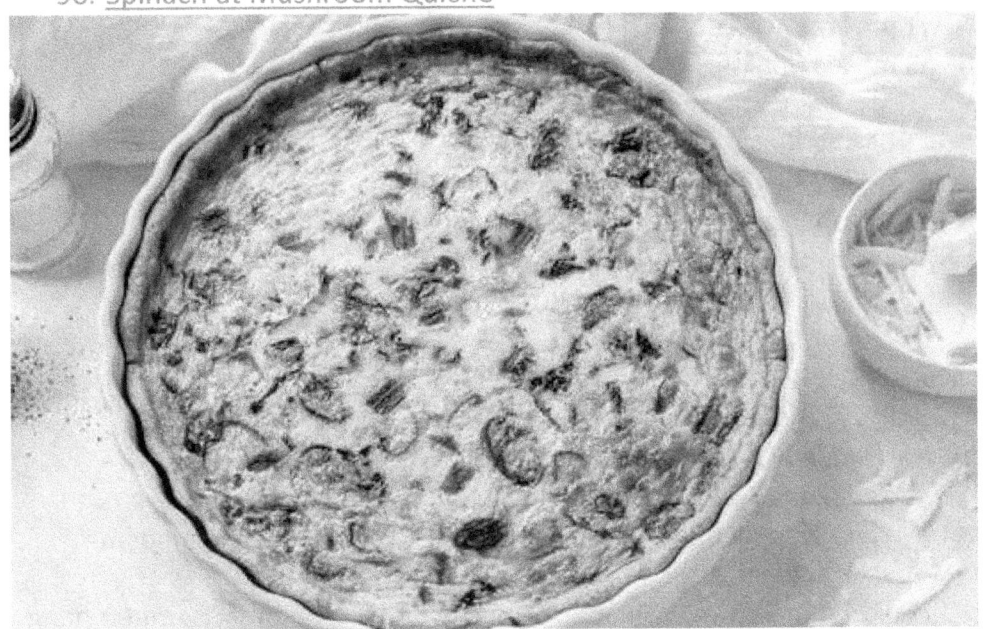

MGA INGREDIENTS:
- 1 pre-made na pie crust
- 3 malalaking itlog
- 1 tasa sariwang spinach, tinadtad
- 1 tasang hiniwang mushroom
- 1/2 tasa ng ginutay-gutay na Swiss cheese
- 1/2 tasa ng gatas
- Asin at paminta para lumasa
- 1 kutsarang langis ng oliba

MGA TAGUBILIN:
a) Painitin muna ang iyong oven sa 375°F (190°C).
b) Init ang langis ng oliba sa isang kawali sa katamtamang init. Magdagdag ng mushroom at lutuin hanggang lumambot.
c) Magdagdag ng tinadtad na spinach sa kawali at lutuin hanggang malanta. Alisin sa init at hayaang lumamig.
d) Sa isang mangkok, haluin ang mga itlog, gatas, asin, at paminta nang magkasama.
e) Ilagay ang pie crust sa isang pie dish at ikalat ang pinaghalong spinach at mushroom nang pantay-pantay sa crust.
f) Budburan ang ginutay-gutay na Swiss cheese sa ibabaw ng mga gulay.
g) Ibuhos ang pinaghalong itlog sa ibabaw ng pagpuno.
h) Maghurno sa preheated oven sa loob ng 30-35 minuto o hanggang ang quiche ay itakda at maging ginintuang kayumanggi.
i) Alisin mula sa oven, hayaan itong lumamig ng ilang minuto, at pagkatapos ay hiwain at ihain.

97. Bacon at Cheddar Quiche

MGA INGREDIENTS:
- 1 pre-made na pie crust
- 3 malalaking itlog
- 1 tasang niluto at durog na bacon
- 1 tasang ginutay-gutay na cheddar cheese
- 1/2 tasa ng gatas
- Asin at paminta para lumasa

MGA TAGUBILIN:
a) Painitin muna ang iyong oven sa 375°F (190°C).
b) Ilagay ang pie crust sa isang pie dish.
c) Sa isang mangkok, haluin ang mga itlog, gatas, asin, at paminta nang magkasama.
d) Ikalat ang crumbled bacon nang pantay-pantay sa pie crust.
e) Budburan ang tinadtad na cheddar cheese sa ibabaw ng bacon.
f) Ibuhos ang pinaghalong itlog sa ibabaw ng pagpuno.
g) Maghurno sa preheated oven sa loob ng 30-35 minuto o hanggang sa ma-set ang quiche at maging golden brown ang tuktok.
h) Alisin mula sa oven, hayaan itong lumamig ng ilang minuto, at pagkatapos ay hiwain at ihain.

98. Broccoli at Feta Quiche

MGA INGREDIENTS:
- 1 pre-made na pie crust
- 3 malalaking itlog
- 1 tasa steamed broccoli florets, tinadtad
- 1/2 tasa crumbled feta cheese
- 1/2 tasa ng gatas
- Asin at paminta para lumasa

MGA TAGUBILIN:
a) Painitin muna ang iyong oven sa 375°F (190°C).
b) Ilagay ang pie crust sa isang pie dish.
c) Sa isang mangkok, haluin ang mga itlog, gatas, asin, at paminta nang magkasama.
d) Ikalat ang tinadtad na broccoli nang pantay-pantay sa ibabaw ng pie crust.
e) Iwiwisik ang crumbled feta cheese sa broccoli.
f) Ibuhos ang pinaghalong itlog sa ibabaw ng pagpuno.
g) Maghurno sa preheated oven sa loob ng 30-35 minuto o hanggang sa ma-set ang quiche at medyo browned.
h) Alisin mula sa oven, hayaan itong lumamig ng ilang minuto, at pagkatapos ay hiwain at ihain.

99. Ham at Asparagus Quiche

MGA INGREDIENTS:
- 1 pre-made na pie crust
- 3 malalaking itlog
- 1 tasa ng lutong ham, diced
- 1 tasa ng asparagus, pinutol at tinadtad
- 1/2 tasa na ginutay-gutay na Gruyere cheese
- 1/2 tasa ng gatas
- Asin at paminta para lumasa

MGA TAGUBILIN:
a) Painitin muna ang iyong oven sa 375°F (190°C).
b) Ilagay ang pie crust sa isang pie dish.
c) Sa isang mangkok, haluin ang mga itlog, gatas, asin, at paminta nang magkasama.
d) Ikalat ang diced ham at tinadtad na asparagus nang pantay-pantay sa pie crust.
e) Budburan ang tinadtad na Gruyere cheese sa ibabaw ng pagpuno.
f) Ibuhos ang pinaghalong itlog sa ibabaw ng pagpuno.
g) Maghurno sa preheated oven sa loob ng 30-35 minuto o hanggang ang quiche ay itakda at maging ginintuang kayumanggi.
h) Alisin mula sa oven, hayaan itong lumamig ng ilang minuto, at pagkatapos ay hiwain at ihain.

100. Kamatis at Basil Quiche

MGA INGREDIENTS:
- 1 pre-made na pie crust
- 3 malalaking itlog
- 1 tasa ng cherry tomatoes, hatiin
- 1/4 tasa tinadtad na sariwang basil
- 1/2 tasa ng ginutay-gutay na mozzarella cheese
- 1/2 tasa ng gatas
- Asin at paminta para lumasa

MGA TAGUBILIN:
a) Painitin muna ang iyong oven sa 375°F (190°C).
b) Ilagay ang pie crust sa isang pie dish.
c) Sa isang mangkok, haluin ang mga itlog, gatas, asin, at paminta nang magkasama.
d) Ikalat ang kalahating cherry tomatoes at tinadtad na basil nang pantay-pantay sa ibabaw ng pie crust.
e) Budburan ang ginutay-gutay na mozzarella cheese sa ibabaw ng laman.
f) Ibuhos ang pinaghalong itlog sa ibabaw ng pagpuno.
g) Maghurno sa preheated oven sa loob ng 30-35 minuto o hanggang sa ma-set ang quiche at medyo browned.
h) Alisin mula sa oven, hayaan itong lumamig ng ilang minuto, at pagkatapos ay hiwain at ihain.

KONGKLUSYON

Umaasa kami na ang "ANG SINING NG OMELETS!" ay nagbigay sa iyo ng mga tool, inspirasyon, at kaalaman upang lumikha ng mga pambihirang omelet na nagdudulot ng kagalakan at kasiyahan sa iyong hapag kainan. Mula sa mga klasikong kumbinasyon na hindi mabibigo hanggang sa makabago at mapang-akit na mga likha, ang mundo ng mga omelet ay sa iyo upang galugarin at lupigin.

Tandaan, ang susi sa isang perpektong omelet ay nakasalalay sa balanse ng mga sangkap, ang pamamaraan ng pagtitiklop, at ang hilig na inilalagay mo sa iyong pagluluto. Hayaang tumakbo ang iyong imahinasyon habang nag-eeksperimento ka sa iba't ibang palaman, halamang gamot, pampalasa, at saliw upang lumikha ng mga omelet na sumasalamin sa iyong panlasa at istilo.

Nag-e-enjoy ka man sa isang masayang brunch kasama ang mga mahal sa buhay, naghahanda ng mabilis at masustansyang pagkain, o nakakabilib ng mga bisita sa iyong mga kasanayan sa pagluluto, ang mga omelet ay isang masarap at maraming nalalaman na pagpipilian. Nag-aalok sila ng walang katapusang mga posibilidad upang matugunan ang iyong mga pagnanasa at magpakasawa sa kasiyahan ng paglikha ng isang bagay na tunay na espesyal.

Salamat sa pagsama sa amin sa napakahusay na paglalakbay na ito. Nawa'y ang iyong mga omelet ay laging malambot, may lasa, at pinagmumulan ng pagmamalaki sa pagluluto. Maligayang pagluluto, at nawa'y ang iyong mga omelet ay magdulot ng kagalakan sa iyong mesa at mga ngiti sa mga mukha ng mga taong kasama mo sa kanila.

www.ingramcontent.com/pod-product-compliance
Lightning Source LLC
Chambersburg PA
CBHW071900110526
44591CB00011B/1484